தமிழரின் உருவ வழிபாடு

தமிழரின் உருவ வழிபாடு

எஸ்.ஏ.வி. இளஞ்செழியன் (பி. 1965)

எஸ்.ஏ.வி. இளஞ்செழியன் பாரம்பரியச் சிற்பக்கலையைப் பின்னணியாகக் கொண்டவர். இவரின் முதன்மை ஊடகங்கள் ஓவியமும் சிற்பமும். சென்னை அரசு கவின் கலைக்கல்லூரியில் நுண்கலைகளில் இளங்கலை, முதுகலைப் பட்டங்களைப் பெற்றவர். வரலாற்றுத் துறையிலும் முதுகலைப் பட்டம் பெற்றுள்ளார். நாட்டின் முதன்மைப் பெருநகரங்களில் கலைக்கண்காட்சிகளை நடத்தியுள்ளார். ஆய்வு–உயர்கல்வியைத் தஞ்சைத் தமிழ்ப் பல்கலைக்கழகத்தின் சிற்பத்துறையில் மேற்கொண்டு, ஆய்வியல் நிறைஞர், முனைவர் பட்டங்களைப் பெற்றுள்ளார்.

தமிழிலும் ஆங்கிலத்திலும் பன்னிரண்டிற்கும் மேற்பட்ட கலை வரலாற்று ஆய்வுக்கட்டுரைகளை எழுதி வெளியிட்டுள்ளார். 'க்மெர்' *(Khmer)* கலையை ஆய்வு செய்ய கம்போடியா நாட்டிற்குச் சென்று 'அங்கோர்வாட்' கோயிலைக் குறித்த ஓர் ஆய்வுக்கட்டுரையையும் வெளியிட்டுள்ளார். இவை தவிர தமிழில் மூன்றும் ஆங்கிலத்தில் ஒன்றும் எனக் கலை வரலாற்று ஆய்வு நூல்களை எழுதியுள்ளார்.

மின்னஞ்சல்: *sav.elanchezian6@gmail.com*

ஆசிரியரின் பிற நூல்கள்

- 'அழகியல் அகழாய்வு' (2014)
- பரிணாம உச்சம் காட்டும் மதுரை புதுமண்டபச் சிற்பம் (2014)
- மதுரை மீனாட்சியம்மன் கோயிலின் உலகின் மிக உயர்ந்த கோபுரங்களுடனான நான்காம் பிரகாரம் (2016)
- *Art and Architectural Glory of Chola and Pandiya Region* (2016)
- 'சோழர் கால விஸ்வரூபச் சிற்பங்கள்' (2018)

எஸ்.ஏ.வி. இளஞ்செழியன்

தமிழரின் உருவ வழிபாடு

(கந்து – கந்திற்பாவை – பாவை – நெடும்பாவை)

காலச்சுவடு பதிப்பகம்

அன்பார்ந்த வாசகருக்கு,

வணக்கம்.

காலச்சுவடு நூலை வாங்கியமைக்கு நன்றி.

நூலின் உள்ளடக்கம், உருவாக்கம், அட்டைப்படம் இன்ன பிற அம்சங்கள் பற்றிய உங்கள் கருத்துகளையும் ஆலோசனைகளையும் காலச்சுவடு வரவேற்கிறது. தகவல், எழுத்து, வாக்கியப் பிழைகள் தென்பட்டால் கட்டாயம் தெரிவித்து உதவுங்கள். நூல் தயாரிப்பில் கடும் குறைபாடு இருப்பின் மாற்றுப் பிரதி உங்களுக்குக் கிடைக்கக் காலச்சுவடு ஏற்பாடு செய்யும்.

மின்னஞ்சல்: publisher@kalachuvadu.com

காலச்சுவடு நாகர்கோவில் தலைமையகத்துக்கும் கடிதம் அனுப்பலாம்.

தங்கள்
எஸ்.ஆர். சுந்தரம் (கண்ணன்)
பதிப்பாளர் – நிர்வாக இயக்குநர்

தமிழரின் உருவ வழிபாடு: கந்து–கந்திற்பாவை–பாவை–நெடும்பாவை ♦ ஆய்வு நூல் ♦ ஆசிரியர்: எஸ்.ஏ.வி. இளஞ்செழியன் ♦ © எஸ்.ஏ.வி. இளஞ்செழியன் ♦ காலச்சுவடு முதல் பதிப்பு: டிசம்பர் 2019 ♦ வெளியீடு: காலச்சுவடு பப்ளிகேஷன்ஸ் (பி) லிட்., 669, கே.பி. சாலை, நாகர்கோவில் 629001

காலச்சுவடு வெளியீடு: 926

tamizarin uruva vazipaaTu: kantu-kantiRpaavai-paavai-neTumpaavai ♦ Innovative Research ♦ S.A.V. Elanchezian ♦ © S.A.V. Elanchezian ♦ Language: Tamil ♦ Kalachuvadu First Edition: December 2019 ♦ Size: Demy 1 x 8 ♦ Paper: 18.6 kg maplitho ♦ Pages: 104

Published by Kalachuvadu Publications Pvt. Ltd., 669, K.P. Road, Nagercoil 629001, India ♦ Phone: 91-4652-278525 ♦ mail: publications @kalachuvadu.com ♦ Wrapper printed at Print Specialities, Chennai 600014 ♦ Printed at Mani Offset, Chennai 600077

ISBN: 978-81-943956-1-4

12/2019/S.No.926, kcp 2467, 18.6 (1) 9ss

பிறந்த ஊரான
சிங்கவரத்திற்கும்
வளர்ந்த ஊரான
சிறுவாடிக்கும்...

முன்னுரை

என்னதான் திருத்தங்களும் மாற்றங்களும் சமயங்களுள் விளைந்தாலும் அல்லது திணிக்கப்பட்டிருந்தாலும்கூட இன்னமும் அடிப்படையாகிக் கிடப்பதென்னவோ இந்நிலத்து தொல்குடிமக்களின் ஆதிய வழிபாடாகத்தான் இருக்கிறது. அது பெற்ற பரிணாமங்களும்கூடப் புறந்தள்ளப்படவில்லை. அவ்வாறே, வட இந்தியத் தொல்குடிமக்களின் வழிபாடுகளான சிவத்துவமும் விஷ்ணுத்துவமும் இங்குப் பெரும்பான்மை பெற்றுக்கொண்டாலும் அல்லது பின்னர் வரையறை கண்ட முப்பெரும் தெய்வமரபில் முருகனைப் புறந்தள்ளினாலும் பண்டைய தமிழ் வேந்தர்களான பிற்காலப் பாண்டியர்கள் சிதம்பரம் நடராசர் கோயிலில் தங்களின் திருப்பணியாக முருகப்பெருமானுக்கெனத் தனித்த கோயில் எழுப்பி அதன் விமானத்தில் பொன் வேய்ந்ததையும் அவ்வளவு எளிதில் கடந்து சென்றுவிடமுடியாது.

சோழர்களின் குலதெய்வம் என ஆடல்வல்லான் பாவிக்கப்பட்டிருந்தமையை வரலாறும் இலக்கியமும் எடுத்தியம்புகின்றன. அவ்வாறே பாண்டியர்கள் பாண்டியர்குல நாயகம் என்ற பெயருடன் முருகப்பெருமானை அதே கோயிலில் தங்களின் குலதெய்வமாக எழுந்தருளச்செய்திருப்பதன் பின்னணியில் தொக்கி நிற்கும் தொல்லுணர்வு துருத்திய உளவியலைப் பகுத்துணர நாம் தவறி விட்டோம்.

தமிழகத்தில் இதுவரை நடத்தப்பட்ட அகழாய்வுகளில் எங்கும் இலிங்க உருவங்கள் கிடைத்ததாக அறியமுடியவில்லை. இது குறிப்பிடத்தக்கது. எனினும் வட இந்தியாவில் அமைந்திருந்த சிந்துவெளி நாகரிகத்தின் அகழாய்வுகளில் இலிங்க வடிவங்கள் கிடைத்திருப்பதனை உணர்தல் வேண்டும்; என்றால், வட இந்தியத் தொல்குடியினரில் ஒரு பிரிவினர் சிவ வழிபாடுடையோராகவும் தாய்த் தெய்வ வழிபாடுடையோராகவும் அறியப்படுகின்றனர்.

மூத்த கடவுள் முருகன் இங்குப் பின்வரைவால் இளையோனாகிப்போன கதை மறந்து மண்மூடிப்போனதெனினும் மண்ணகழ்வில் கிடைக்கும் மூலகங்களின் மூலமாகவும் சங்க இலக்கியங்களின் வாயிலாகவும் தென்தமிழர் அம் முருகவேளை முதன்மைக் கடவுளாகவே வணங்கிவந்துள்ளனர். பெண் தெய்வமான கொற்றவை மற்றொரு தொல்கடவுளாக வழிபடப்பட்டுவந்துள்ளாள்.

வட இந்தியாவில் கடும்பிரிவாக வகைமைபெற்ற சிவத்துவ ஆதிவழிபாட்டின் இறை அணுகியலானது மெய்யியல் முனைவோரால் சில சீர்த்திருத்தங்களைப் பெற்றுக்கொண்டது எனலாம். எனினும், அக் கடும் பிரிவு அதன் தன்மையிலேயே ஒருபுறம் நீடிக்கவும் செய்கிறது.

தாந்த்ரீகத்தினை வரையறையாக அல்லாமல் ஆனால் அடிப்படையாக ஏற்றுக்கொண்டிருந்த கடும் பிரிவு மரபானது பின்னர் அரசமரபுகளால் செப்பனிடப்பட்டு உயர்நெறியாக நிலைபெற்ற நிலையில் அது சமூகத்திற்கான பொதுவழிபாட்டினை நல்கியிருந்தது. அவ்வகையில், அதனைச் சைவ நெறியாக அறியலாம். பின் வைணவமும் பிரிவுபெற இவ்விரு பெரும் பிரிவுகள் உயர் சமயங்களாக நிலைநிறுத்தம் பெற்றுக்கொண்டன. அவ்வாறு உயர்நெறிகளாக மாற்றம்பெற்றுக்கொண்ட நிலையில் எளிதாக எல்லாத்தரப்பினருக்கும் பொதுவாக அமையுமாறு அவற்றினைக் கொண்டுசேர்த்தோராக இடைக்காலத்தின் முற்பகுதியில் தோன்றிய ஆன்மிகச்சான்றோர்கள் காணப்படு கின்றனர். சைவப்புலத்தின் நாயன்மார்களும் வைணவப்புலத்தின் ஆழ்வார்களும் அத்தகைய தொண்டு புரிந்து வரலாறாய் மாறியிருப்பது கண்கூடு.

தொடக்கத்தில் இயற்கை மூலகங்களின் மூலம் தம் இறைவழிபாட்டினை மரபுற்றிருந்த நம் முன்னோர்கள் காலமாற்றத்தினாலும் சூழலியல்பாலும் இயல்பான பரிணாமத்தினைத் திணிப்பின்றிப் பெற்றுவந்தனர். கந்து எனும் நெடுந்தடியை ஊன்றி அதனையே இறைவன் என வழிபட்டுவந்த

மரபினைத்தான் வெகு முந்தைய வழிபாட்டு மரபாக நம்மால் அறியமுடிகிறது. அதற்கும் முந்தைய மரபாக மரங்களும் மலைகளும் ஆறுகளும் வழிபடும் மூலகங்களாக இருந்துள்ளன. மேலும், ஞாயிறும் திங்களும் என முதன்மைக்கோள்களும் இன்னபிற நட்சத்திரங்களும் வழிபடப்பட்டிருந்தமையை நாம் அறிந்துள்ளோம். மர வழிபாடு இன்னமும் தொடருகிற நிலையில் அது பெரும்பான்மையாக ஆலமரத்தினாலும் வேப்பமரத்தினாலும் இன்று அறியப்படுகின்றன. மலை வழிபாட்டினை இன்னமும் நம்மால் திருவண்ணாமலை, சதுரகிரி, வெள்ளியங்கிரி, பர்வதமலை போன்ற மலைகளால் காணமுடிகிறது. திருப்பரங்குன்றம் மலை காகபுஜண்டர் எனும் சித்தராக வழிபடப்படுவதாகவும் உள்ளூர் வாய்மொழி மரபால் அறியமுடிகிறது. வட இந்தியாவில் கைலாஷ் எனும் கயிலாய மலை சிவனுறையும் தலமாக வணங்கப்பட்டுவருவது அறிந்த ஒன்றே.

தொல்நெறிகள் சில விழுக்காடுகளில் தொடர்ந்தாலும் அத்தொல்நெறி பரிணாமம் பெற்று இன்றைய சமயங்களாய் நிலைபெற்றிருக்கும் நிலையில் அவற்றிற்கான வழிபாட்டுமுறை களும் கையோடு பரிணாமத்தினைப் பெற்று அல்லது வகுக்கப் பட்டும் வந்திருப்பதனை அறிந்துகொள்ளுதல் கடமையாகிறது. ஆக, இயற்கை வழிபாட்டுமுறையில் பிறவற்றினை விட மரங்களை வழிபடும் முறையே ஏகோபித்த பெரும்பான்மை பெற்றிருந்த நிலையில் அதன் பரிணாமமே சமயங்களின் வழிபாட்டியல் முறைமைகள் பண்படக் காரணமாக அமைந்ததெனலாம். என்றால், பின்னர் மர வழிபாடு வழிபடப்படும் அம்மரத்தின் நெடிய கிளை ஒன்றினை மட்டுமே வெட்டி ஊன்றி வழிபடும் மரபினை அடுத்ததாக்கியிருந்தது. இதனைத்தான் கந்து என வழங்கியிருந்தனர். "கந்து வழிபாடு நெடிய மரபாய்த் தொடர்ந்து கிடந்த நிலையில் அதில் இறைவனின் பாவை அல்லது ஓவிய உருவத்தினை வரைந்து வழிபடும் மரபினுள் நுழைந்த நிலையில்தான் இந்தியச் சிற்பக்கலை எனும் தனித்துவம் மிக்க மகோன்னதக் கலைப்புலம் உலக அரங்கில் மேதைமை பெற வழிவகுத்தது" என்றால், கந்திற்பாவை அதாவது கந்தில் பொறிக்கப்பட்ட பாவை (ஓவியம் அல்லது சிற்பம்) தமது அடுத்த பரிணாமமாகத் தனித்த ஓவியக்கலையையும் சிற்பக்கலையையும் தனித்தனியே பிரிவுகளாக்கிப் பெற்றுக்கொண்டது. இப்பாவை மரபின் ஆளுமையில் தற்குறிப்பேற்றங்களும் உச்ச நுட்பத்துடன் அரிதாய் நிகழ்த்திவைக்கப்பட்டன. ஆளும் வேந்தனொருவன் பெருவேந்தனாய் ஆசியக் கண்டத்தின் பெரும்பான்மையில் எட்டி நின்ற உச்சம், நெடிதுநின்ற மாண்பு என இன்னும் அவனது பிற அரும் முனைவுகள் தற்குறிப்பேற்றங்களாகப்

பின்னிறுத்தப்பட்ட நிலையில் பாவையை நெடும்பாவையாக உயர்த்தி நிறுத்தியிருந்தனர்.

இந் நெடும்பாவைப் படிமம் சிறப்புப் பரிணாமமாக இந்தியச் சிற்பக் குழுமத்தில் தனித்த இடத்தினைப் பெற்றிருந்தாலுங்கூட வரவுவைக்கப்படாமல் கிடக்கிறது. இத்தகைய வெகு அரிய நெடும்பாவை எனும் விஸ்வரூபச் சிற்பங்களைச் 'சோழர்கால விஸ்வரூபச் சிற்பங்கள்'' எனும் எனது முந்தைய ஆய்வு நூல் விரிவாய்ப் பேசினாலும் அரிய சிறப்புத்தரவுகளுடன் மேலும் விளக்குகிறது இந்நூல்.

இந்நூலைப் பிழைதிருத்தம் செய்து தந்த திரு. வேணுகோபால் அவர்களுக்கும் நற்பதிப்பாக இந்நூலை வெளியீடு செய்திருக்கும் காலச்சுவடு பதிப்பகத்தாருக்கும் என் உளம் கனிந்த நன்றியைத் தெரிவித்துக்கொள்கிறேன்.

எஸ்.ஏ.வி. இளஞ்செழியன்

இணைப் பேராசிரியர்
கட்டடக்கலைத்துறை
தியாகராஜர் பொறியியற் கல்லூரி
மதுரை
09-03-2019

தமிழரின் உருவ வழிபாடு

ஒரு வரலாற்றுப் பார்வை

அறிமுகம்

'சோழர்கால விஸ்வரூபச் சிற்பங்கள்' என்ற எனது முந்தைய ஆய்வு நூல் இந்நூலுக்கான முதலாம் பகுதியாக அமைந்த ஒன்று. அந்நூலின் கருப்பொருளை மேலும் விவரித்துக் கூறவேண்டி யுள்ளதால் அவ் ஆய்வு எண்ணங்கள் தீர்க்கமுற்றிருந்த அதே மனவியல்பின் இருப்பு நிலையில் தொடர்ந்து இவ் இரண்டாம் நூல் எழுதப்பட்டுள்ளது. எனவே, இதனை அந்நூலுக்கான இரண்டாம் பகுதி என்றும் கொள்ளலாம். இதற்கான இலக்கிய ஆய்வும், தொடர்புடைய அதன் பிற தளங்களில் களஆய்வும் மேற்கொள்ளப்பட்டு இந்நூல் மலர்ந்துள்ளது. முதலாம் நூலாகத் தன்மையுற்றுள்ள மேற்குறிப்பிடப் பட்டுள்ள சோழர்கால விஸ்வரூபச் சிற்பங்கள் எனும் நூலிலேயே இந்நூலின் கருத்துகளை எழுதியிருக்கலாம். ஆனால், அக்கருத்துகளைச் சில கூடுதல் தகவல்களுடன் இன்னும் கூட விளக்கிச்சொல்ல வேண்டிய கட்டாயம் எழுந்தது. மட்டுமன்றி, இது அதன் மையக்கருப்பொருளில் இருந்து கிளைகொள்ளும் ஒரு பிரிவின் ஆய்வு என்பதால் இதனை அதனுடன் சேர்த்துக் குழப்பாமல் எளிதில் புரிந்துகொள்ளத் தனித்த நூலாக எழுதப்பட்டுள்ளது.

ஆக, அம் முதலாம் நூலைப் படித்துவிட்டு இந் நூலைப் படித்தால்தான் பொருள் புரியும் என்பதெல்லாம் இல்லை. இவ்விரண்டு நூல்களையும் தனித்தனியாகவே படிக்கலாம். இரு நூல்களின் தலைப்புகளும் வெவ்வேறானவை. எனினும் சோழர்கால விஸ்வரூபச் சிற்பங்கள் எனும் முதலாம் நூலைப் படித்த பின்பு இரண்டாம் பகுதியைப் படிக்க நேர்ந்தால், விசாலமான நெடுங்காலத்தின் ஒரு மரபிற்கான செயல் முனைவுகளிடையே நிகழ்ந்த பரிமாற்றக் கூறுகளை அறிந்து கொள்ள இயலும். மட்டுமன்றி, அவற்றிற்குரிய மெய்யியற் கருப்பொருளில் நிகழ்ந்த பரிணாமத் தொடர்ச்சிகளையும் சீர்மையுடன் புரிந்த அனுபவம் உண்டாகும். இன்னும் எளிதாகச் சொல்லப்போனால், இவ்விரு நூல்களையும் தொடர்ந்து படித்தாலும் படிக்கலாம் அல்லது தனித்துப் படித்தாலும் அவற்றிற்குரிய பொருள் கொள்ள இயலும்.

சோழர்கால விஸ்வரூபச் சிற்பங்கள் எனும் நூலில் இருகோயில்கள் ஆய்வுக்கு எடுத்துக்கொள்ளப்பட்டிருந்தன. அவை காஞ்சிபுரத்தின் திருப்பாடகத்து பாண்டவத்தூதப் பெருமாள் கோயிலும் திருவூரகத்து உலகளந்தப்பெருமாள் கோயிலும் ஆகும். இவ்விரு கோயில்களின் கருவறைகளில் வழக்கத்திற்கு மாறாக மிக உயரமான சிற்பங்கள் பொருத்தப்பட்டுள்ளன. ஆதலால், அவை வழக்கமான மரபின் கருவறைகளாக அமைக்கப்படவில்லை. அமைக்கப்படவில்லை என்பதைவிட பாவிக்கப்படவில்லை என்பதே சரி. அண்டவெளியினை *(Space)* ஒரு கட்டுமான வரையறைக்குள் *(in a structuaral frame)* இருத்தி அதில் நெடிது உயர்ந்த ஒன்றைக் காண்பதற்காகவே அமைத்து வைக்கப்பட்டுள்ளன. என்றால், அவ்விரு கோயில்களின் கருவறைகள் அண்டப்பெருவெளியின் பிரதிகளாகப் பாவிக்கப் பட்டுள்ளன என்பதாகும்.

புறக்கண்ணால் அண்டத்தை அதன் விளிம்புகளுடன் காணமுடியாது. என்றால், இங்குப் புறக்கண்ணுடன் அகக்கண்ணும் இணைந்து கண்டுணரும் அண்டமாக அவ்விரு கருவறைகள் பாவிக்கப்பட்டுள்ளன. கருவறை அண்டம் என்றால் அதில் நிறுத்தப்பட்டிருக்கும் இறையுருவம் உயரக் கணக்கீடுகளுக்குள் அடங்காத அல்லது அளவிற்கு உட்படாத விண்ணெடியம் என்பதாகத்தானே இருக்கும். ஆம்! அவை விஸ்வரூபத்திற்கான இறைவடிவங்களே. எனவேதான், அண்டவெளியை ஒரு வரையறைக்குள் கட்டுமானமாகக் காட்டியுள்ளதால் அங்கு வாயிற்காவலர்களின் உருவங்கள் அமைக்கப்படவில்லை. சரி அதிலென்ன இருக்கிறது என எளிதில் கடந்துவிடமுடியாது.

மிகச் தேர்ந்த திறத்துடன் திட்டமிடப்பட்டே அவ்விரு கோயில்களிலும் வாயிற்காவலர்களான துவாரபாலகர் சிற்பங்கள் கைவிடப்பட்டுள்ளன. விஸ்வரூபச் சிற்பமாக மூலவர் சிற்பம் அமைக்கப்பட்டிருக்கும் நிலையில் ஏன் அவ்வாறு விசித்திர அமைவுடன் அமைக்கப்பட்டன என்பது கேள்வியாக எழுகிறது.

நெடிய விஸ்வரூபச் சிற்பங்கள் பிற எந்தக் கோயில்களிலும் அமைக்கப்படவில்லை. ஒரு மரபாகவும் அது பிற்காலத்தில் வழக்கமுறவில்லை. திருப்பாடகமும் திருஊரகமுமே இருந்த, நடந்த கோலத்திற்கான விஸ்வரூபச் சிற்பங்களைக் கொண்ட ஒற்றைக் கோயில்களாகும். என்றால், அவை இரண்டும் நெடும்பாவைகளை அரிதாய்ப் பெற்றுள்ளன. பாவை என்றால் சித்திர உருவம். நெடும்பாவை என்றால் மிக உயரமான சிற்பம் என்பதாம். ஆக, இந்நூல் தம் தலைப்பிற்கிணங்க, நெடும்பாவையை விளக்குவதாயினும் அது அத்தகைய பரிணாமத்தினை எட்ட, கடந்து வந்த கந்து – கந்திற்பாவை – பாவை எனும் மரபுகளைப் பின்னோக்கிச்சென்று தெளிவுறுத்தியுள்ளது. என்றால் இந்நூல் கந்து – கந்திற்பாவை – பாவை – நெடும்பாவை எனும் பரிணாமச் சீர்மையின் நேர்க்கோட்டிய மரபுகளைக் காட்சியிட முயன்றுள்ளது.

கந்து என்றால் வழிபாட்டிற்கான வெற்று மரத்தறி. கந்திற்பாவை என்றால் வழிபடும் இறைவன் சார்ந்த உருவம் பொறித்த தறி. யூப நெடுந்தூண் என்றால் கடவுளின் வாகன உருவம் உச்சியில் பொருத்தப்பட்ட நெடுந்தூண். பாவை என்றால் ஒன்றின் பிரதியுருவம். நெடும்பாவை என்றால் நெடிதுயர்ந்த பிரதியுருவம்.

ஆய்வினுள்...

கடைச்சங்கக் காலத்து நூல்கள், குமரி முதல் வேங்கடம் வரையிலான பெரும்பகுதியைத் தமிழகத்தின் நிலப்பரப்பாக கூறுகின்றன. இன்று பல்லாயிரக்கணக்கான கோயில்களுடன் தமிழகம் நிலையுற்றிருந்தாலும் அன்று மிகமிகக் குறைவான கோயில்களே இருந்துள்ளன. பட்டினப்பாலை எனும் நூல் சோழ நாட்டில் இருந்த இறைக்கோட்டங்களை ஏதும் குறிப்பிட்டுச்சொல்வதாக இல்லை. இது குறிப்பிடத்தக்கது. எனினும், மிகத் தொல் மரபான கந்துடைப் பொதியில் எனும் வழிபாட்டுத்தலத்தை அது ஓரிடத்தில் குறிப்பிடுகிறது.

கொண்டி மகளிர் உண்டுறை மூழ்கி
அந்தி மாட்டிய நந்தா விளக்கின்
மலரணி மெழுக்க மேறிப் பலர்தொழ

வம்பலர் சேக்கும் **கந்துடைப்பொதியிற்**
பரு நிலை நெடுந்தூண் ஒல்கத்தீண்டிப்...

அன்று, போரில் தோல்வியுற்ற வேறு நாட்டின் அரசமகளிரைச் சிறையாகப் பிடித்து வருவது வழக்கம். அவ்வாறு சிறைவாசம் அனுபவிக்கும் அவர்களின் அன்றாடப்பணியாக, நீர்த்துறைகளிலே மூழ்கிக் குளித்த நிலையில், வழிபாட்டுத்தலமான கந்துடைப் பொதியில் சென்று; சாணத்தால் மெழுகி; நந்தா விளக்கேற்றி பின் கந்துவிற்கு மலர் அணிவிக்கவேண்டும் என்பதாம். அவ்வாறு ஆயத்தமானவுடன் உள்ளூர்வாசிகளாலும் பிற நாட்டினராலும் வழிபடப்படுகிற கந்துடைப்பொதியில் எனக் குறிப்பிடுகிறது பட்டினப்பாலை. கந்தியல் வழிபாட்டு மரபிற்கான கடைசிப் பொதியில் வரிசையில் எஞ்சியிருந்த ஒன்றாக அதனைக் கருதலாம்.

மேலும், பட்டினப்பாலைக்கு பின் எழுதப்பட்ட இலக்கியமான சிலப்பதிகாரம் பூம்புகாரில் பள்ளிகொண்டபெருமாளுக்கான கோட்டம் இருந்ததைக் குறிப்பிடுகிறது. சிலப்பதிகாரம் மதுரைக்குப் புறப்பட்ட கோவலனும் கண்ணகியும் தமது நகரின்கண் இருந்த பெருமாள் கோட்டத்தினை வணங்கிப் புறப்பட்டதாகக் கூறுகிறது.

நீள் நெடுவாயில் நெடுங்கடை கழிந்து ஆங்கு
அணிகிளர் **அரவின் அறிதுயில் அமர்ந்த**
மணிவண்ணன் கோட்டம் வலம் செயாக் கழிந்து...

(சிலம்பு–10. நாடுகாண் காதை)

கந்துடைப் பொதியில் மரபு எனும் அரூப வழிபாட்டு முறை அல்லாது உருவ வழிபாடு எனும் மற்றொரு மரபிற்கு பரிமாற்றம் பெற்றதை இவ்விரு இலக்கிய நூல்களும் தரவுகளாகத் தக்கவைத்துள்ளன. சிலப்பதிகாரம், பரந்த தமிழகத்தின் முக்கியத்துவம் வாய்ந்த கோயில்கள் சிலவற்றினைக் குறிப்பிடுகிறது.

விரிதிரை காவிரி வியன்பெரும் துருத்தித்
திருஅமர் மார்பன் கிடந்த வண்ணமும்
வீங்கு நீர் அருவி வேங்கடம் என்னும்
ஓங்குயர் மலையத்து உச்சி மீமிசை...

என நீளும் பாடல் வரிகளுக்கிடையில் ஐம்பது மற்றும் ஐம்பத்தொன்றாம் வரிகளில் வேங்கடத்தில் நிற்கும் திருமாலினைக் குறிப்பிடுவதை அறியலாம். அவ்விரு வரிகளும் பின் வருமாறு:

பொலம்பூ ஆடையில் பொலிந்து தோன்றிய
செங்கண் நெடியோன் நின்ற வண்ணமும்...

ஆக, மதுரைக்காண்டத்தில், ஒரு வழிப்போக்கனின் வாய்மொழியாகப் பழம்பெரும் கோயில் இரண்டினைக் குறிப்பிடும் நிலையில்,

அவை திருவரங்கமும் திருவேங்கடமும் ஆகும். இது தவிர, இளங்கோவடிகள் தாம் நேரடியாகவே குறிப்பிடும் புகார் நகரத்தின் வழிபாட்டுத் தலங்களைப் பின்வரும் செய்யுளால் அறியலாம்.

பிறவா யாக்கைப்பெரியோன் கோயிலும்
அறுமுகச் செவ்வேள் அணிதிகழ் கோயிலும்
வால்வளை மேனி வாலியோன் கோயிலும்
நீல மேனி நெடியோன் கோயிலும்
மாலை வெண்குடை மன்னவன் கோயிலும் ...

புகாரில் இருந்த கோயில்களை நிரலிடும் இளங்கோவடிகள் சிவபெருமானின் கோயில், ஆறுமுகக்கடவுளின் கோயில், பலதேவனின் கோயில், திருமாலின் கோயில், அரசனின் கோயில் (அரண்மனை) எனப் பட்டியலிடுகிறார். இவை அனைத்தையும் கோயில் என்றே சுட்டியிருப்பது உற்றுநோக்கத்தக்கது. எனினும், வேந்தன் அல்லது இந்திரனுக்கான கோயிலை நேரடியாக அவர் குறிப்பிடவில்லை. மாறாக, அச்செய்யுளில் இந்திரனுக்குப் புனித நீராட்டியதைக் குறிப்பிட்டு அடுத்த வரிகளில் மேற்கூறப்பட்டுள்ள கோயில்களைக் கூறி அவற்றுள் வேள்விகள் செய்யப்பட்டன என்று தகவலிட்டுள்ளார். ஆக, புகாரில் வேந்தன் கோயிலும் இருந்துள்ளது என்பதாகும். என்றால், இங்குத் தொல்காப்பியம் வரையறை செய்திருந்த தொல் கடவுள் மரபு, திரிபுற்று நிற்பதை உணரவியலும். அதாவது, வேந்தன் வழிபாடு ஈடுசெய்யப்பட்டிருப்பினும் வருண வழிபாடு முற்றிலும் வழக்கொழிந்திருந்ததைக் காணலாம். எனினும், இந்திர வழிபாடு என்பது தொல்காப்பியம் குறிப்பிடும் வேந்தன் வழிபாட்டிற்கான ஈடா அல்லது வருண வழிபாட்டிற்கான ஈடா எனத் தெரியவில்லை. இந்திர வழிபாட்டினைப் பாண்டியர் கொண்டாடினரா என்றும் அறியமுடியவில்லை. சோழ மரபினரே அவ்வழிபாட்டினைப் போற்றியிருந்தனர்.

வேந்தன் வழிபாடு சிவ வழிபாட்டில் கலந்துவிட்ட நிலையில் வருண வழிபாடே இந்திர வழிபாடாகப் புகாரில் கொண்டாடப்பட்டதாகலாம். நெய்தல் நிலத்தின் கடவுள் வருணன் என்பதும் புகார் ஒரு கடற்கரைப்பட்டினம் என்பதும் இங்குக் குறிப்பிடத்தக்கது. எனினும், வேந்தன் வழிபாடே சிவ வழிபாடாய் மாற்றம் பெற்றுக்கொண்டது என நம்புகிறோம். இந்திர வழிபாடு சோழநாட்டின் தேசிய விழாவாகவும் அது 28 நாட்கள் கொண்டாடப்படும் பெருவிழா எனவும் அறிஞர்கள் குறிப்பிடுகின்றனர்.[1] இங்குத் தொல்காப்பியம் வரையறை செய்திருந்த கடவுள் மரபினை நினைவுகூர்வது நலம் தரும். பாடல் பின்வருமாறு:

மாயோன் மேய காடு உறை உலகமும்
சேயோன் மேய மை வரை உலகமும்
வேந்தன் மேய தீம் புனல் உலகமும்
வருணன் மேய பெருமணல் உலகமும்
முல்லை குறிஞ்சி மருதம் நெய்தல் எனச்
சொல்லிய முறையான் சொல்லவும் படுமே. தொல்: 951.

இளங்கோவடிகள் மேற்குறிப்பிட்டுள்ள கோயில்களைத் தவிர மதுரையின் புறத்தில் இருந்த திருமாலிருஞ்சோலை எனும் அழகர் கோயிலைக் குறிப்பிடும் நிலையில், நகரத்தில் இருந்த பிற கோயில்களையும் நிரலிடுகிறார். பாடல் பின்வருமாறு:

நுதல்விழி நாட்டத் திறையோன் கோயிலும்
உவணச்சேவ லுயர்த்தோன் நியமமும்
மேழிவல னுயர்த்த வெள்ளை நகரமும்
கோழிச் சேவற் கொடியோன் கோட்டமும்... சிலம்பு 14: 7–10

நுதல்விழி நாட்டத்திறையோன் கோயில் என்றால், நெற்றிக்கண் நாட்டத்தானான சிவன் கோயிலைக் குறிப்பிடுவதாகும். உவணச்சேவல் உயர்த்தோன் நியமம் என்றால், கழுகுப்பறவையின் கொடி உயர்த்தப்பட்ட பெருமாள் கோயிலைக் குறிப்பிடுவதாகும். மேழிவலனுயர்த்த வெள்ளை நகரம் என்றால், கலப்பையை உயர்த்திப் பிடித்திருக்கும் வெள்ளை நிறத்தானான பலதேவனின் கோயிலைக் குறிப்பதாகும். கோழிச்சேவற் கொடியோன் கோட்டம் என்றால் கோழிக்கொடியை உடையவனாகிய முருகப்பெருமானின் கோயிலும் ஆகும். இந் நான்கு வழிபாட்டுத் தலங்களையும் முறையே கோயில், நியமம், நகரம், கோட்டம் என வெவ்வேறு சொற்களால் சுட்டுவது ஆராயத்தக்கது. எனினும், சிவனுக்கான தலத்தை மட்டும் கோயில் எனக்குறிப்பிட்டிருப்பது காண்க. என்றால், அரசனின் கோயிலான (கோ+இல்) அல்லது அரண்மனைக்குரிய கட்டடக்கலை மரபின் படி அதன் (அரண்மனை) சாயலில் அமைக்கப்பட்டிருந்த நிலையில், அவ்வாறு கோயில் என்று குறிப்பிடப்பட்டிருக்கலாம். எனின், அச்செய்யுளின் ஒற்றைச்சொல் ஓர் அரிய பரிமாற்றத்தினைச் சான்றாக்கி வைத்துள்ளதை உணரவேண்டும். எனினும், புகார் நகரத்தின் குறிப்பிட்ட சில வழிபடுதலங்களைக் கோயில் என்றே பொதுச்சுட்டாகச் சுட்டியிருப்பது கருதுகோளாக மாற்றம் பெறுகிறது. சிலப்பதிகாரமும் மணிமேகலையும் இறைத்தலங்களைக் கோயில் எனக் குறிப்பிடுவதில் சில விதிமுறைகளைக் கையாண்டுள்ளன போலும்.

கோயில் என்ற சொல்லை இறைக்கோட்டங்களுக்கும் குறிப்பிட்டுச்சொல்லும் வழமையை ஏற்படுத்தியவர்கள் அன்று

புலவர் மரபினரே என்பதில் ஐயம் தேவையில்லை. குறிப்பாகச் சொல்லப்போனால் அப்பரிமாற்றக் காலத்தின் சமகாலத்தியப் புலவர்களாக இளங்கோவடிகளும் சீத்தலைச்சாத்தனாரும் சிறப்புறுகின்றனர். இன்னும் குறிப்பாக, இளங்கோவடிகளே இதனின் தொடக்கதாரி என்பேன். ஆதலால்தான் தம் சில்ப்பதிகாரத்தில் ஓரிடத்தில் பழம் மரபிலும் மற்றோர் இடத்தில் நடப்பின் வழமையிலும் அக்கோயில்களைக் கோட்டம் எனவும் கோயில் மற்றும் இன்னும்பிற பெயர்ச்சொல் கொண்டும் குறிப்பிட்டுள்ளமையைக் காணமுடியும்.

புறநானூற்றுப்பாடல் ஒன்று இளஞ்சேட்சென்னியின் அரண்மனையைப் பின்வருமாறு கூறுகிறது:

"நற்றார்க் கள்ளின் **சோழன் கோயில்**
புதுப்பிறை அன்ன சுதைசெய் மாடத்து"... புறம்: 378: 5, 6

இப்பாடல்வரிகள் உணர்த்தும் பொருள் என்னவென்றால் புதியதாகத் தோன்றிய இளம் பிறையின் வெண்மையை ஒத்த சுதைப்பூச்சினால் மெருகூட்டப்பட்ட சோழனின் கோயில் அதாவது அரண்மனை என்பதாகும்.

அவ்வாறு கோயில் எனும் சொல்லானது தொல்காலத்தில் அரசனின் இல்லமாகிய விசால அரண்மனையைக் குறிப்பிடும் காரணப்பெயராகவே வழங்கப்பட்டுவந்தது. பின்னர் இறைவழிபாட்டுமரபு உச்சமடைந்த நிலையில் அரச வணக்கம் அல்லது அரசவழிபாடு என்பது கைவிடப்பட்டு அல்லது இரண்டாவதாக வைக்கப்பட்டிருந்த நிலையில் இறைவனே ஆளும் வேந்தனாகவும்; அரசன், இறைவனின் செயற்பிரதிநிதியாகவும் கருதப்பட்ட கொள்கையின் அடிப்படையில் இறைவன் உறையும் வீடே கோயிலாக வழங்கப்படுவதாயிற்று.

ஆடக மாடம் – (திருவனந்தபுரம்) பத்மநாப சுவாமி கோயில்

முன்கூறப்பட்டுள்ள பழமையான கோவில்கள் தவிர மற்றுமொரு பழங்கோயிலினைச் சிலப்பதிகாரம் குறிப்பிடுவதைக் காணலாம். கால்கோள் காதையில், சேர நாட்டில் இருந்த ஆடக மாடத்தின் பெருமாளைக் குறிப்பிடுகிற நிலையில் ஆடக மாடம் என்பது இன்றைய திருவனந்தபுரமாகும். என்றால், பத்மநாப சுவாமி கோயிலைத்தான் அது ஆவணம் செய்துவைத்துள்ளது. பாடல் பின்வருமாறு:

குடக்கோ குட்டுவன் கொற்றம் கொள்க என
ஆடக மாடத்து அறிதுயில் அமர்ந்தோன்
சேடம் கொண்டு சிலர் நின்று ஏத்தத்

தெண்ணீர் கரந்த செஞ்சடைக் கடவுள்
வண்ணச் சேவடி மணிமுடி வைத்தலின்... சிலம்பு: 65

இப்பாடல் உணர்த்தும் பொருள் என்னவென்றால்; கண்ணகிக்கு கோட்டம் எழுப்பப் புறப்பட்ட குட்டுவன் சேரனுக்கு, 'சேர மன்னன் வாழ்க!' என்று வாழ்த்தியபடி திருவனந்தபுரத்துப் பத்மநாப சுவாமி கோயிலின் சேடத்தினை (பிரசாதம்) அளித்தார்கள். தாம், கங்கையை அணிந்த செஞ்சடையோனின் திருவடி தொழுபவன் என்பதால் அதனைத் தம் தோளில் பூசிக்கொண்டான் என்பதாம். செங்குட்டுவன் 90–125 பொஆபி நூற்றாண்டுகாலத்தில் அரசாண்டவனாவான்.[2] என்றால் அக்காலத்திலேயே பத்ம நாப சுவாமிக் கோயில் இருந்ததனை அறியலாம்.

தொண்டைமான் இளந்திரையன் மீது பாடப்பெற்ற பெரும்பாணாற்றுப்படை காஞ்சிபுரத்தில் பாம்பணைப்பள்ளி அமர்ந்தோன் கோயிலை மட்டுமே குறிப்பிடுகிறது. திருமுருகாற்றுப்படை எனும் நூல் முருகனின் ஆறுபடைவீடுகளைக் குறிப்பிடுகிறது. இதுபோன்றே பரிபாடலும் இன்ன பிறநூல்களும் குறிப்பிடுகிற நிலையில் முருகன், சிவன், திருமால், கொற்றவைக்கான கோயில்கள் அன்று இருந்துள்ளதை உணர்ந்தவராகிறோம்.

இயக்க வழிபாடு

உருவ வழிபாடு முதன்முதலாகத் தமிழகத்தில் ஐயைக்கும் (கொற்றவை) அறிதுயில் அமர்ந்த மணிவண்ணனுக்கும் ஏற்பட்டிருக்கக்கூடும். அவ்வகையில் திருமாலுக்கு எந்தக் கோலத்தின் உருவத்தினை முதன்முதலாக அறிமுகம் செய்திருப்பர் என்பது ஒரு தனி விசாரணையாக நீளும். எனினும், இவ் ஆய்வில் அது தேவை என்பதால் பின்னர் விளக்கப்பட்டுள்ளது.

கந்து வழிபாடு பிரதானமாகக் கந்தனுக்கே ஆதியாக இருந்த ஒன்று. கந்து வழிபாடு, கந்துடைப் பொதியில் வழிபாடாகப் பரிமாணம் பெற்றிருப்பினும் கூட இயற்கையாக வளர்ந்திருக்கும் கடம்ப மரத்தினை முருகனாக எண்ணி வழிபடும் வழக்கமும் அன்று உயிர்ப்புற்றிருந்துள்ளது. இது வடஇந்தியாவின் அன்றைய பழங்குடிமக்களால் பேணப்பட்டிருந்த மர வழிபாட்டினை ஒத்திருப்பதைக் காணலாம். இயக்க வழிபாடு *(yaksha cult)* அது. மரங்களில் இயக்கர்கள் உறைவதாக எண்ணி அவ்வாறு வணங்கினர். பின் உருவ வழிபாட்டிற்குள் நுழைந்த அவ் இயக்க வழிபாட்டின் ஏராளமான சிற்பங்களை வட இந்திய அருங்காட்சியங்களில் இன்றும் காணவியலும். மரக்கிளைகளைப்

பிடித்தாற்போன்று காணப்படும் பெண் இயக்கியர் சிற்பங்கள் பெரும்பான்மையில் மௌரியர், சுங்கர் ஆட்சிக்காலங்களில் படைக்கப்பட்டவையாக உள்ளன. (பார்க்க: நிழற்படம் – எண்: 2) இது தவிர, தனித்து நிற்கும் ஆளுயர இயக்கர் சிற்பங்கள் யாவும் உருவ வழிபாட்டிற்குள் முழுமையாக நுழைந்த அம்மரபினைச் சான்றாக்கி நிற்பன. (பார்க்க: நிழற்படம் – எண்: 1) இது குறிப்பிடத்தக்கது. பொஆமு 3, 2ஆம் நூற்றாண்டுகளிடையே வட இந்தியாவிலும் தென்னிந்தியாவிலும் சிவ வழிபாடு பெரும்பான்மை பெற்றதற்கான தடயங்களைப் பெரிதாக ஏதும் காண இயலவில்லை. குறிப்பிட்ட அக்காலக் கட்டங்களில், வட இந்தியாவில் இயக்க வழிபாடும் தென்னிந்தியாவில் முருகன், கொற்றவை வழிபாடுமே பெரும்பான்மையுற்றிருந்ததை இலக்கியமும் கலைப்பாடுகளும் சான்றளிக்கின்றன. எனினும், சிந்துச் சமவெளி நாகரிகத்தின் எச்சங்களில் கிடைத்த இலிங்க வடிவங்களும் பசுபதி, சிவன் யோக உருவங்களுடனான முத்திரைகளும் சிவ வழிபாட்டின் தொன்மையை உணர்த்திநிற்பன.

சிவ – கந்து

மிக ஆதி வழிபாடான சிவ வழிபாடு மீண்டும் புத்துயிர்பெற்று மலரத் தொடங்கியது. தென்னிந்தியாவில் அது வேரூன்றிய நிலையில் இங்கு வழக்கிலிருந்த கந்து வழக்கத்தினையே அது பின்பற்றி இருத்தல்வேண்டும். எனினும், சிந்துச் சமவெளி நாகரிகத்தின் தொல்குடி மக்களிடையே மரபுற்றிருந்த கந்து வழிபாடு இலிங்கத்தினைத்தான் தம் பரிணாமமாகப் பெற்றிருந்ததா எனத் தெரியவில்லை. எனினும், கந்து வழிபாட்டினை அவர்கள் முன்வழிபாடாகவே பெற்றிருந்திருப்பர் என நம்பலாம். நாளடைவில் தமிழகத்தில் சிவ வழிபாடு பெரும்பான்மை பெற, கந்து எனும் அரூபக்குறி சிவனுக்கே உரியதாகி இலிங்கமாக நின்றது. பல்லவர் காலம் வரை தனித்தக் கந்துவாக இருந்த இலிங்கம் பின்வந்த ஆட்சியோரால், குறிப்பாக இடைக்காலச் சோழர்களால் ஆவுடை எனும் யோனி பாகத்துடன் அமைத்து வைக்கப்பட்டதாயிற்று. எனினும், பின்அமைக்கப்பட்ட இலிங்கோத்பவர் எனும் சிற்பத்தில் அதனின் மையத்தில் நிறுத்தப்பட்டிருக்கும் சந்திரசேகருடனான அவ் இலிங்கம் வட இந்திய மரபினைப் பிரதிபலிப்பதாகவே காணப்படும். இதனால், ஆண்குறியின் (phallus) முனைப்பகுதித் தோற்றத்தினை அதன் உச்சிப்பகுதியில் காணலாம். இத்தகைய மெய்ப்பித்தல் என்பது சோழர் காலத்தில் ஏற்பட்ட ஒன்றாகும். இவ்வழக்கு பல்லவர் காலத்தில் இல்லை என உறுதியாகக் கூறலாம்.

கந்துடைப் பொதியில் எனும் இறைகுறித் தறியகம்

கந்துடைப் பொதியில் எனும் பெயர்ச்சொல் கந்து + உடை + பொது + இல் என்றவாறு அமையப்பெற்ற ஒரு காரணப் பெயர்ச்சொல்லாகும். என்றால், வழிபடப்படும் கடவுள் உறையும் மரத்தறியான கந்துவை மையமாக நடப்பெற்றிருக்கும் ஒரு பொது இல்லம் என்பதாகும்.

ஆக, கந்துடைப் பொதியில் எனும் வழிபாட்டு வழக்கமானது ஆதிய வழிபாட்டு மரபினிடையே படிநிலை கண்ட மூன்றாம் நிலைப் பரிணாமம் ஆகும். திறந்தவெளியில் ஒரு குறிப்பிட்ட மரத்தினைச் சுற்றி வட்ட அல்லது சதுர மேடை அமைத்துச் சுற்றி வந்து வழிபடுவர்; இதனை இரண்டாம் நிலைப் பரிணாமமாகக் கொள்ளவேண்டும். இவ் வழக்கத்தின் வளர்ச்சி பெற்ற ஒரு நவீன மாற்றமாகவே கந்துடைப் பொதியிலை நாம் உணரலாம். என்றால், ஆதியில், மரமே இறைவன் உறையும் மூலகம் என்கிற நிலையில் அதனை மட்டுமே வழிபட்ட முதலாம் – நிலை வழிபாட்டினையும் நம்மால் உணரமுடிகிறது.

பின்னர் மரத்தின் கீழ் அமைக்கப்பட்ட மேடைமீது சுவர் எழுப்பி மேற்கூரையும் இடப்பட்ட நிலையில், மரத்திற்கு ஈடாக ஒரு கணிசமான அளவுடனான மரத்தறி அல்லது தூண் ஒன்று மையமாக நடப்பட்டு, அது வழிபடும் பொருளாகி நின்றது. இவ்வழிபடும் மரத்தறி மூலகமே அல்லது இறைகுறித் தறியே கந்து என்கிற சொல்லால் சுட்டப்பட்டிருந்தது. என்றால், கந்துடைப் பொதியில் என்பது கந்துவைக் கடவுளின் குறியீடாகப் பெற்றிருக்கும் வழிபடக்கூடிய பொது இல்லம் என்பதாகும். இதனை அனைவருக்கும் உரிய பொது வழிபாட்டுத்தலம் என்று புரிந்துகொள்ளவேண்டும். ஆக, இக்காலக்கட்டத்தில் உருவ வழிபாடு இல்லை என்பதனை அறியவும். ஐந்தோ அல்லது ஆறடியோ உயரம் கொண்ட ஒரு மரக்கம்பத்தினை மேடை மீது நட்டு வைத்திருப்பர். இதுவே நம் முன்னோருடைய கடவுள். இங்கு ஆகம விதி என்பதெல்லாம் இல்லை. பதினாறுகால பூசைகளும் கிடையாது. ஓர் எளியவழிபாடுதான். என்றால், அவ் இல்லத்தின் தரையைச் சுத்தம்செய்து தினசரி சாணத்தால் மெழுகவேண்டும். இதனைப் பெண்கள் செய்வர். பிறகு கந்திற்கு மலர்கள் சூட்டப்படும். பின் வழிபடுவர். அவ்வளவே. இவ்வழிபடு முறையைத்தான் முன் குறிப்பிட்ட பட்டினப்பாலையின் பாடல் இயம்புகிறது.

இன்றளவும் மேற்குறிப்பிட்ட ஆதிய மரபின் பாற்பட்ட திறந்தவெளி வழிபாட்டுத்தலங்கள் பல *(Hypaethral Temples)*

திருநெல்வேலியைச் சுற்றியுள்ள ஊர்களில் காணக்கிடைக்கின்றன. ஒரு மேடை மீது இரண்டடி முதல் ஐந்தடி உயரம் கொண்ட சிமெண்டிலான கந்து; சுடலைமாடன், ஐயனார், கருப்பசாமி, மதுரைவீரன் என இன்னும் பிற கிராமத் தெய்வங்களுக்காக நடப்பட்டு வழிபடப்படுகின்றன. இக் கந்து வழிபாட்டில் 'சிக்க', 'மொக்க' என்கிற பெண்கடவுளர்களும் உண்டு (பார்க்க: நிழற்படம் – எண்: 21)

கந்து – கந்தன்

கந்துவை முருகனாய்ப் பாவித்த வழிபாடு நிலவியதால்தான் முருகனுக்கு 'கந்தன்' என்ற பெயர் வழக்கம் உருவாயிற்று. கந்தன் என்றால் கந்தில் உறைபவன் என்பதாகும். காரணப்பெயர் அது. புதிய விளக்கம் என்றாலும் நூறு விழுக்காடு உண்மையே. நக்கீரரால் இயற்றப்பட்ட திருமுருகாற்றுப்படை எனும் நூல் முருகன் உறையும் இடங்களாகப் பின்வருவனவற்றைக் குறிப்பிடுகிறது.

வேலன் தைஇய வெறிஅயர் களனும்
காடும் காவும் கவின்பெறு துருத்தியும்
யாறும் குளனும் வேறுபல் வைப்பும்
சதுக்கமும் சந்தியும் புதுப்பூங் கடம்பும்
மன்றமும் பொதியிலும் கந்துடை நிலையினும்...

இப்பாடலின் பொருள் யாதெனில் ஒருவர் முருகனின் அருள் தன்னுள் இறங்கி அதனால் வேலன் வெறியாட்டம் ஆடவிருக்கும் அக்களத்திலும், அடர்ந்த காட்டிலும், பசுஞ்சோலையிலும், அழகுடனான ஆற்றிடைக்குறையிலும் (ஆற்றில் நீர்ப்பகுதி ஒதுங்கி ஓடும் நிலையில் நீரில்லாது இருக்கும் மணற்பகுதி மிகுந்த அழகுடன் காணப்படும். இதனைத்தான் நக்கீரர் ஆற்றிடைக்குறை என்கிறார் போலும்); ஆற்றிலும், குளத்திலும், முற்கூறப்பட்ட ஊர்களின்றி வேறு பல ஊர்களிலும், முச்சந்தி, நாற்சந்தி, ஐஞ்சந்தியிலும், புதியதாக மலர்ந்த பூக்களையுடைய கடப்(ம்)ப மரத்திலும்; ஊர் நடுவே மக்கள் குழுமியிருக்கும் மன்றத்து மரத்திலும், ஊர் அம்பலங்களிலும், நடப்பட்ட கந்து என்கிற தறிகளிலும் கந்தன் உறைபவனாவான் என்பதாகும். சில நூலாசிரியர் கந்துவை 'அருட்குறி' என்கின்றனர்.

மேலும், 'கடம்ப' மரத்தினாலான கந்துவையே முருகனுக்கான கந்துடைப் பொதியிலில் நட்டிருப்பர் போலும். கடம்ப மரத்தில் உறையும் இறைவன் என்பதால் தான் 'கடம்பன்' என்ற பெயர் வழக்கம் நிலவியதாகலாம். இதனை உறுதிபடுத்துவதாக மணிமேகலை, முருகனைக் **"கார் அலர் கடம்பன் அல்லன்"**...

என்று குறிப்பிடுகிறது. (மணிமேகலை – பளிக்கறை புக்க காதை –49). இதன் பொருள் கார்காலத்தில் பூக்கும் கடப்பம் பூவின் மாலையை அணியும் கடம்பன் என்பதாகும். 'கடப்ப மரம்' அல்லது 'கடம்ப மரம்' இவ் இரு பெயர்களும் ஒரே மரத்தினைக் குறிப்பனவே.

அவ்வாறே, இன்று இருப்புற்றிருக்கும் மிகத்தொன்மையான கோயில்களின் தலவிருட்சங்களைக் காணும் நிலையில் ஒன்றினை நாம் புரிந்துகொள்ள இயலும். அவ்வகையில் அவை அன்று எந்தெந்த இறைவனுக்கு எந்தெந்த மரங்களால் கந்துவாக நடப்பட்டிருந்தனவோ, அவையே இன்றும் தலவிருட்சங்களாக மரபு பாராட்டி நிற்கின்றன. என்றால், தலவிருட்சங்களின் பின்னணியில் இத்தகைய பரிணாமப் பின்புலம் மறைந்து கிடக்கிறது என்பதாகும். இவ் அரிய வரலாற்று உண்மைகளைப் பழங்கோயில்களுக்குரிய தல வரலாறுகள் (ஸ்தல புராணங்கள்) புரியாமல் குழப்புவதுண்டு.

தொண்டைமான் இளந்திரையனுக்குப் பின் காஞ்சிபுரம் மீண்டும் சங்ககாலச் சோழர்களால் ஆளப்பட்ட நிலையில் இன்று ஏகாம்பரேஸ்வரர் கோயிலாகப் பெரிது நிற்கும் அக்கோயில் அன்று கந்துடைப் பொதியிலாக மாற்றம் பெற்றிருந்திருக்க வேண்டும். என்றால், அதனின் கந்தாக அப்போது மாமரத் தூண் நடப்பட்டிருந்திருக்கும் என்பதாகும். அம்மரபின் தொடர்ச்சியாகத்தான் இன்றும் அங்கு மாமரம் தலவிருட்சமாக நிற்பதை இனிப் பொருத்திப்பார்க்கலாம். மட்டுமன்றி, இறைவனின் பெயரும் ஏகாம்ரர் அதாவது மாமரத்தின் கந்தில் உறையும் அல்லது உறைந்த ஈசர் எனப் பொருள்படுமாறு சமஸ்கிருதத்தில் அழைக்கப்படுவதை உணரலாம். என்றால், கடம்பமரத்தில் உறையும் முருகனை அம்மரத்தின் பெயர்கொண்டே கடம்பன் என அழைத்ததுபோல இங்கு மாமரத்தில் உறையும் ஈசனை 'மாயீசர்' என அழைத்திருந்தனர் போலும். இதில் மறுப்பதற்கு ஏதுமில்லை.

இன்னுமொரு வகையிலும் அதனைப் பொருள் கொள்ள முடியும். எவ்வாறெனில், கம்பம் என்றால் ஊன்றி நடப்பட்டுள்ள 'தறி' அல்லது 'கழி' என்பதாகும். இதனின் முன்ஒட்டாக 'ஏக' இணைந்துள்ள நிலையில் ஏக கம்பம் என்றாகிறது. ஏக எனும் சமஸ்கிருதச் சொல்லுக்கு 'ஒன்று' எனப் பொருள். எனவே ஏக + கம்பம் = ஏகம்பம் என்றால், ஒற்றைத்தறி எனும் ஒற்றைக் கந்தாகும். ஏகம்பத்தில் உறையும் ஈஸ்வரன் என்பதால் ஏகம்பேஸ்வரர் என்பதாகவும் பொருள் கொள்ளலாம். இவ்விளக்கமும் பொருந்திவருகிறது. ஏகாம்ரம் அல்லது ஏகம்பம் இவை மருவி இன்று ஏகாம்பரேஸ்வரர் என வழங்கப்பட்டுவருவது அனைவரும் அறிந்த ஒன்றே.

கந்து வழிபாடு நிகழ்வுற்ற இடங்கள் கந்துடைப் பொதியிலாக மாற்றம் பெற்றன. பின்னர் உருவ வழிபாடு அறிமுகம் கண்ட நிலையில் அக் கந்துடைப் பொதியில்கள் எல்லாம் இறை உருவங்களுடனான கோயில்களாக நவீனம் பெற்றுக்கொண்டன. எனினும் அவற்றுள் கந்து வழிபாட்டையும் தொடரச் செய்திருந்தனர். அவையே இன்று தலவிருட்சங்களாக அறியப்படுபவை. பழம்பெரும் கோயில்களில் எல்லாம் இவ்வகையான தல விருட்சங்கள் இடம்பெற்றிருக்கும். ஆனால், நேரடியாக உருவ வழிபாட்டுக் காலத்தில் எழுப்பப்பட்ட கோயில்களில் ஒருவேளை அவ்வாறு தலவிருட்சம் இடம்பெற்றிருந்தால் அவை வழக்கத்தின் தொடர்ச்சியைப் பிரதிபலிப்பனவேயன்றி முன்பு அக்கோயில்கள் கந்துடைப்பொதியில்களாக இருந்தவை அல்ல என்பது குறிப்பிடத்தக்கது.

இதனால், காஞ்சிபுரத்தின் ஏகாம்பரேஸ்வரர் கோயில் மிகப்பழமை வாய்ந்த கோயில் என்பது தெளிவாகிறது. அது அன்றைய சுடுகாட்டுப்பகுதியில் அமைந்திருந்த கந்துடைப் பொதியிலாக இருந்திருத்தல்வேண்டும். இன்றளவும் அது ஊருக்கு ஒதுக்குப்புறத்தில் இருப்பதை உணரலாம். காபாலிக வழிபாட்டின் வழிபாட்டுத்தலமாக ஒருவேளை அது இருந்திருக்கக்கூடும். இதனை மெய்யுறுத்துவதாக அங்கு மூன்றாம் பிரகாரத்தின் மகா மண்டபத்தில் இருக்கும் கொடிமரத்திற்குத் தென்புறமாக, கச்சி மயானீஸ்வரர் கோயில் ஒன்று இருப்பதைக் காணலாம். (பார்க்க: நிழற்படம் – எண்: 23) இதனை மேலும் மெய்யுறுத்துவதாக முதலாம் மகேந்திரவர்மன் இயற்றிய நாடக நூலான மத்தவிலாசத்தில் பாசுபதப் பிரிவைச் சேர்ந்த நாகசேனர் என்ற ஒரு துறவி காபாலிகன் ஒருவனிடம் 'தூமவேளையாகிவிட்டது (தூபம் காட்டவேண்டிய நேரம்) ஆதலால் தாம், கிழக்குப் பக்கமுள்ள எம்பெருமானிடம் செல்லவேண்டும்' என விடை பெறும் நோக்கில் கூறுவதாக அமைந்த ஓர் உரையாடல் உள்ளது.[3] என்றால் நாம் கருதியதுபோலவே அன்று தனித்த கோயிலாகக் கிழக்கினில் இன்றுள்ள கச்சி மயானீஸ்வரர் கோயில் இருந்துள்ளமை குறிப்பிடத்தக்கது. ஏகம்பனின் கோயிலையும் இக் கச்சி மயானக் கோயிலையும் திருநாவுக்கரசர் தம் பதிகங்களால் பாடியிருக்கிறார். எனவே, மூலக்கோயிலான ஏகாம்பரேஸ்வரர் கோயிலும் அங்கிருக்கும் பிற கோயில்களும் தனித்தனிக் கோயில் களாக முன்பு இருந்துள்ளன. ஒற்றை வளாகமாக அனைத்தையும் ஒருங்கிணைத்தபோது அவற்றின் இயல்பும் காரணங்களும் சொற்ப விகித்ததில் மட்டுமே கிடைக்கின்றன. ஏனெனில், இவை எதையும் அறியாமல், இன்று நாம் மொத்தமாக அக்கோயிலைப் பார்க்கிறோம்.

காபாலிக நெறியினர் பல்லவர் காலத்திலும் இருந்தனர் என்பதை முதலாம் மகேந்திரவர்மனால் இயற்றப்பட்ட 'மத்தவிலாசப் பிரகாசனம்' (மத்த விலாசம்) என்ற நூலிலிருந்து அறிய இயலும். இத்தனைக்கும் அது காபாலிகரைக் கிண்டல் செய்வதாகவே அமைந்த நாடக நூல் என்பது குறிப்பிடத்தக்கது. பாசுபதம், காபாலிகம், காளாமுகம் போன்ற கடும்பிரிவுகள் சைவ நெறியின் உட்பிரிவுகள் என்பது யாவரும் அறிந்ததே. ஆனால், அவை இங்குப் பின்பற்றப்பட்டு இருந்ததற்கான சான்றுகள் கிடைக்கவில்லை. சங்ககால இலக்கியங்களும் இவை பற்றிய குறிப்புகள் ஏதும் தரவில்லை. இதனால் இத்தகைய வழிபாடு அன்றைய காலகட்டத்தில் பெரும்பான்மை பெற்றிருக்கவில்லை என உறுதியாகக் கூறலாம். எனினும் மணிமேகலை எனும் இலக்கிய நூல் "சுடலை நோன்பிகள்"[4] என்போரைக் குறிப்பிட்டுள்ள நிலையில் அவர்கள் காபாலிகர்களாக அடையாளம் காணப் பட்டுள்ளனர்.[5] திருமூலரும் இக் கடும்பிரிவுகளைப் பற்றித் தம் திருமந்திரத்தில் குறிப்பிட்டுள்ளார். சைவ நெறி ஆறு பிரிவுகளை உடையது எனவும், அவை முறையே, 1. பாசுபதம், 2. மஹாவிரதம், 3. காபாலிகம், 4. வாமம், 5. பைரவம், 6. சைவம் என்பதாகும். இவ் ஆறு பிரிவுகளும் தமிழகத்தில் இருந்திருந்தன எனவும் குறிப்பிட்டுள்ளார்.[6] அவர் அவ்வாறு அன்றிருந்த சைவப்பிரிவுகளின் நடைமுறை வழக்கினைக் கூறியிருந்தாலும் அவற்றால் பயன் ஏதும் இல்லை என்று கூறும் பிற்செய்தியையும் அவர் இடத் தவறவில்லை. பாடல் வரிகள் பின்வருமாறு:

ஆறு சமயமும் கண்டவர் கண்டிலர்
ஆறு சமயப்பொருளும் அவன் அலன் —திருமந்திரம்

இதனை விரிவாக நாம் இங்குப் பார்ப்பதற்குக் காரணம் என்னவென்றால், நாம் கருதுகோளிட்டிருக்கும் ஏகாம்பரேஸ்வரர் கோயில் உண்மையில் அன்று காபாலிகப் பிரிவினரின் வழிபாட்டுத்தலமாக இருந்த ஒன்று என்பதனை நிலை நிறுத்தவேயாகும். இதனை மெய்ப்படுத்துவதாக, முன்னர் குறிப்பிட்டுள்ள மத்தவிலாசப் பிரகாசனம் எனும் முதலாம் மகேந்திரவர்மனின் நூல் சான்றுரைக்கிறது. அந்நூல், காஞ்சிபுரத்தில் இருந்த காபாலிக வழிபாட்டுப் பிரிவினர் அனைவரும் ஏகாம்பரேஸ்வரர் கோயிலிலேயே அமைக்கப் பட்டிருந்த மடத்தில் தங்கியிருந்தனர் என்று கூறுகிறது.[7] இதனால் சந்தேகத்திற்கு இடமின்றி அன்று அக்கோயில் சுடுகாட்டில் இருந்த கந்துடைப் பொதியிலாக இருந்து பின் மாற்றம் பெற்ற ஒன்றாகவே நம்மால் அதனை இனங்காண முடிகிறது. இதனால்தானோ என்னவோ கடியலூர் உருத்திரங்கண்ணனார்

தமது பெரும்பாணாற்றுப்படையில் இளந்திரையனின் காஞ்சிபுரம் பற்றிக் கூறும்போது பொதுவழிபாட்டில் இருந்த திருமாலின் திருவெஃகா கோயிலை மட்டுமே குறிப்பிட்டுள்ளதாகத் தெரிகிறது. மேலும், சென்னை மயிலாப்பூரில் இருக்கும் கபாலீஸ்வரர் கோயில் காபாலிகர் வழிபாட்டின்பாற்பட்டதே. இதனால், கபாலீஸ்வரர் என்ற நேரடியான பெயர்கொண்ட பிற சிவன் கோயில்கள் தமிழகத்தில் மிக மிக அரிது என்பது குறிப்பிடத்தக்கது.

மதுரை சொக்கநாதர் கோவிலும் முன்பு காபாலிக வழிபாட்டுத்தலமாகவே இருந்திருத்தற்கூடும். அது அன்றைய சுடுகாட்டுப்பகுதியில் அல்லது அதன் அருகாமையில் இடப்பெற்றிருந்திருக்கலாம். அதன் பின்னரே அக்கோயிலை மையப்புள்ளியாக வைத்துப் பிற்கால மதுரை உருவாகியிருத்தல் வேண்டும். என்றால், சங்ககால மதுரை சற்றுத் தள்ளி அதாவது இன்றைய மதுரைக்கும் வில்லாபுரத்திற்கும் இடையில் இருந்திருத்தற் கூடும். ஏனெனில், இன்றைய வில்லாபுரத்திற்கான ஈசான மூலையாக, சரியாகச் சொக்கநாதர் (மீனாட்சி சுந்தரேஸ்வரர்) கோயில் அமைந்துள்ளது குறிப்பிடத்தக்கது.

பழம்பிரிவான பாசுபதத்தின் கொள்கைகளைப் பின்பற்றிய காலமுகப் பிரிவு எட்டாம் நூற்றாண்டில் தோன்றி பன்னிரண்டாம் நூற்றாண்டளவில் வீரசைவப் பிரிவின் எழுச்சிக்குப் பின்னர் மறைந்துவிட்டது. சிவனின் அதிஉக்கிர ரூபமாகப் பாவிக்கப்படும் பைரவரே காபாலிகரின் முதன்மைத் தெய்வம். மேலும் பாசுபத, காபாலிக, காலமுக வழிபாட்டினைப் பெரிதாக மகேந்திரவர்மனுக்குப் பின்வந்த பல்லவ அரசர்கள் எதிர்க்கவில்லை போலும். பதிலாக ஏற்றனர் என்றே தெரிகிறது. இதனை மெய்யுறுத்துவதாக மாமல்லபுரத்தின் ‘அர்ஜுனன் தபசு’ என்கிற பெரும்பாறைச் சிற்பம் பாசுபதப் பிரிவின் சிறப்பினைக் கூறுவதாக அமைந்துள்ளது.

கங்காள மூர்த்தி அறிமுகம்

காபாலிகர் பிச்சை எடுப்பதற்கான ஓர் அரை மண்டை ஓட்டினைப் பாத்திரமாகப் பயன்படுத்தினாலும் முழுமண்டை ஓட்டினை ஒரு கழியின் முனையில் மாட்டிக்கொண்டு திரிபவர்களாகவும் அறியப்படுகின்றனர். அவ்வாறு ஒரு கொம்பில் மாட்டிய மண்டைஓட்டினைக் ‘கட்வாங்கம்’ என்று அழைத்திருந்தனர். ராஜசிம்ம பல்லவனின் தந்தையான முதலாம் பரமேஸ்வர வர்மனுக்குக் ‘கட்வாங்ககேது’ என்ற சிறப்புப் பெயர் ஒன்று வழங்கப்பட்டிருந்துள்ளது இங்குக் குறிப்பிடத்தக்கது.[8] பரமேஸ்வர வர்மன் அதீத சிவபக்தனாக இருந்துள்ளான். அவன்,

சீரொழுங்கின் கீழான நவீன சிவநெறியைத் தழுவியவனாயினும் கடும்பிரிவு சிவ வழிபாட்டிலும் ஈடுபாடு உடையவனாக இருந்திருப்பான் போலும். மேலும், சித்த நிலை எட்டி அற்புதங்கள் நிறைந்தவனாகச் செப்பேடு அவனைக் குறிப்பிடுகிறது.[9] என்றால், தம் தந்தையின் காபாலிக – பைரவ வழிபாட்டினைத் தாமும் பின்பற்றுபவன் என்பதனைத் தமது சிறப்புக்கோயிலில் ராஜசிம்மன் பதிவு செய்திருந்தான். இதனை உற்று நோக்கி உணர்ந்த நிலையில் இஃதொரு புதிய செய்தியாகவும் அமைகிறது. அவ்வகையில், அச்சிற்பமானது காஞ்சிபுரத்தின் கைலாசநாதர் கோயிலில் இடம்பெற்றிருக்கும் சிறப்புச் சிற்பமான கங்காள மூர்த்தியின் சிற்பமாகும். (பார்க்க: நிழற்படம் – எண்: 27) இக்கோயிலில் தான் இச்சிற்பம் அறிமுகம் கண்டிருத்தல்வேண்டும். இதனை உறுதிப்படுத்தும் வகையில் வட இந்தியாவில் இத்தகைய சிற்பம் காணப்படவில்லை என்பது குறிப்பிடத்தக்கது.

மேலும் நவீனச் சைவத்தில், கடும்பிரிவு சார்ந்த சிவனின் உக்கிரச் சிறப்புகளும் இணைக்கப்பட்டு ஒருங்கிணைவு நிகழ்ந்தமைக்கான கலைவடிவத்தினை இக்கோயில் முதன்முதலாகப் படைப்பாகப் பெற்றுள்ளது. இக்கோணத்தில் இச்சிற்பத்தினை எவரும் அணுகியதாக அறியமுடியவில்லை. எனினும், பல்லவர் படைப்புகளில் நின்றகோல நேர்த்தோற்றத்துடனான பைரவர் சிற்பம் படைக்கப்படவில்லை என்றே தெரிகிறது. மட்டுமன்றி, பிட்சாடனாருக்கான உருவத்தையும் பல்லவர்கள் அறிமுகப்படுத்தவில்லை. கங்காளரின் படிம அமைதியே பின்பு பிட்சாடனாரின் படிமத்தோற்றத்திற்கான அடிப்படையாக அமைந்திருத்தல்வேண்டும். அவ்வாறே, பிட்சாடனாரின் படிம அமைதியே பைரவர் சிற்பத்திற்கான அடிப்படையாக அமைந்திருக்கலாம். சோழர் – கலைகளில் பைரவர் சிற்பம் வெகுவிமரிசையாகப் பயன்படுத்தப்பட்டிருந்துள்ளதைக் காணலாம். சோழரே பைரவருக்கான படிமத்தினை அறிமுகம் செய்திருக்கலாம். பின்னர், கங்காள மூர்த்தி, பைரவர் போன்ற வன்பிரிவின் படிமங்களும் உலோகச் சிற்பங்களாகப் படைக்கப் பட்டு உற்சவ மூர்த்தியர் சிற்பங்களாகப் பாவிக்கப்பட்டிருந்தன.

பல்லவர், காபாலிக, காலமுகத்தினரின் வாழ்க்கை இயல்பையும் கருப்பொருளாகக் கொண்டு சிற்பம் ஆக்கியிருந்தனர். அச்சிற்பங்கள், அப்பிரிவின் கீழான ஏதோ ஒரு கோயிலில் முன்பு இடம்பெற்றிருந்த நிலையில் அவை இன்று தான்தோன்றீஸ்வரர் கோயிலின் அடிப்பாகத்தில் பதிக்கப்படிருப்பதைக் காணலாம். (பார்க்க: நிழற்படம் எண்: 22 – 22.6) அல்லது அக்கோயிலே அப்பிரிவிற்கான கோயிலாக இருந்த நிலையில் பல்லவர்

அதனைக் கற்றளியாக மாற்றியிருக்கவேண்டும். அச்சிற்பங்களும் அக்காலத்தில்தான் அதில் செதுக்கப்பட்டிருத்தல் கூடும். எனினும், அக்கோயில் பராமரிப்பின்றி இடிந்துபட்ட நிலையில், முற்றிலும் நீக்கப்பட்டு இப்போது நவீன காலக் கட்டுமானத்துடன் காணப்படுவதாயினும், அதன் பழஞ்சிறப்பினைக் கூறும் வகையில் அச்சிற்பங்கள் அங்குப் பொருத்தப்பட்டிருப்பது காண்க. ஏழு எண்ணிக்கையிலான அச்சிற்பங்கள் தென்திசையில் நான்கும் வட திசையில் மூன்றுமாகப் பொருத்தப்பட்டுள்ளன. அவை சுமார் *3' x 2'* அடி அளவிலானவை. அனைத்துச் சிற்பங்களும் ஒரே உயர அளவுகளைக் கொண்டிருப்பினும் சிலவற்றின் அகல அளவுகள் சற்றுக் குறைந்து மாறுபடுகின்றன. இவற்றில் தென்திசையில் பதிக்கப்பட்டிருக்கும் முதலாம் சிற்பம் மட்டும் நான்கு நபர்களுடன் காணப்படுகிறது. பிற அனைத்தும் இரு நபர் சிற்பங்களே. ஆணும் பெண்ணுமாக உள்ள இச்சிற்பங்களில் தென்திசையின் கடைசிச் சிற்பம் மட்டும் இருபெண்களுடனானவை.

தென்திசையின் முதலாம் சிற்பம் நான்கு நபர்களுடனானது என்பதால் சற்றுக் கூடுதல் அகலத்தினைக் கொண்டுள்ளது. அதில் முதலாவதாகக் காணப்படும் இரு நபர்களும் ஓர் அரசனின் பின்னிற்பதாக உள்ளனர். இவர்களையடுத்து மூன்றாவதாக நிற்கும் அவ் அரசன் பக்கவாட்டுத் தோற்றத்தில் சித்திரிக்கப்பட்டுள்ளான். அவன் தம் உறைவாளினை வலதுகையில் பிடித்தவாறு காணப்படுகிறான். கடைசி நான்காவதாக ஒரு பெண் நிற்கிறாள். அவள் அரசனை நோக்கியவளாய் 'இனி அவ்வாறு நடவாமல் பார்த்துக்கொள்கிறேன்' எனச் சைகை செய்பவளாகத் தோற்றப்படுத்தப்பட்டுள்ளாள். என்றால், முதலாவதாகக் கால்கள் தடுமாறி நிற்கும் நபர் அப்பெண்ணைச் சார்ந்தவர் என இப்போது புரிகிறது. அவர் தம் முன்னால் நிற்பவரிடம் ஏதோ உளறிக்கொண்டிருப்பதை அவரது இடதுகரம் குறிப்பால் உணர்த்துகிறது. இரண்டாவதாக இருக்கும் நபர் அரசனின் மெய்க்காவலராக அல்லது படைத்தலைவராக அல்லது அமைச்சராக இருக்கலாம். அவரின் உடல் அரசனை நோக்கி பக்கவாட்டில் காணப்படும் நிலையில் அவரது செய்கை அரசனைத் தடுத்துநிறுத்தும் அமைதியுடனும் பின்னிற்கும் குடிகாரனை நோக்கி ஏதோ கூறுவதாயும் உள்ளது.

அப்பெண்ணும் அவனும் காபாலிகப்பிரிவு வழிபாட்டினைச் சார்ந்த சுடலை நோன்பிகளாவர். அவ்விருவரும் அதிகப் போதையினாலும் அருவருக்கத்தக்கச் செய்கைகளினாலும் தகாத வார்த்தைகளுடனான உளறல்களாலும் பொதுவீதிகளில்

பொதுமக்களுக்கு இடையூறு விளைவித்திருக்கலாம். இதனை வீதியுலா வந்த அரசன் கண்டித்திருப்பான் போலும். அந்நிகழ்வும் குறிப்பிட்ட அத்தெருவிலேயே நிகழ்ந்திருக்கவேண்டும். இதனைப் பதிவு செய்வதாகவே அச்சிற்பம் அங்குச் செதுக்கப்பட்டிருப்பதாக நாம் புரிந்துகொண்டுள்ளோம். (பார்க்க: நிழற்படம் – எண்: *22 – 22.6*) அது உண்மையாகவும் இருக்க வாய்ப்புண்டு. ஏனெனில், காபாலிகரின் இயங்கியல் பற்றிய ஏதொரு குறிப்புகளும் இலக்கிய நூல்களிலிருந்து இதுவரை கிடைத்தபாடில்லை. பதிவு செய்யும் அளவில் அவர்களின் வாழ்வியல் சிறப்பு பெற்றதாக இருந்திருக்கவில்லை. எவ்வொரு நெறிநூல்களையும் தம் பிரிவு சார்ந்து அவர்களும் இயற்றியதாகத் தெரியவில்லை. எனினும் சைவப்பெருந்துறவியான ஆதிசங்கரர், காபாலிக வழிபாட்டினைத் தம் அத்வைத நூலில் குறிப்பிட்டுள்ளார் என்பது குறிப்பிடத்தக்கது.

மேலும், முன்குறிப்பிட்டுள்ள முதலாம் மகேந்திரவர்மனின் நாடக நூலானது காபாலிகர் இயங்கியலை விமர்சிக்கும் தன்மை கொண்டது. சைவ மதம் அல்லாது பிற பிரிவுகளை அதாவது காபாலிகம், பாசுபதம், புத்தம் போன்ற சமயங்களின் துறவிகளைப் பாத்திரங்களாக்கி ஒரு சிறிய நகைச்சுவையின் அடிப்படையில் சாடலைப் பிற பிரிவுகளின் மீது செய்திருப்பது குறிப்பிடத்தக்கது. குடித்துவிட்டு மதுக்கடையிலேயே தம் மண்டைஓட்டினைப் (பிச்சைப் பாத்திரம்) தொலைத்துவிட்ட காபாலிகன் தம் இணைப் பெண் காபாலிகையுடன் மீண்டும் அக்கடைக்கு வந்து தேடலானார். அங்கு வரும் புத்தத்துறவிதான் அதனைத் திருடினான் என அவர் மீது பழி விழ, சண்டை முற்றுகிறது. கடைசியில் இன்னொரு பிரிவின் துறவி அம்மண்டை ஓட்டினை ஒரு நாயிடம் இருந்து பிடுங்கி வந்து ஒப்படைப்பதாகக் கதை செல்லும்.

இதுவன்றி, பவபூதி இயற்றிய ‘மாலதி – மாதவ’ என்ற நூலும், க்ஷேமீஸ்வரர் இயற்றிய ‘சண்டகௌசிக’ என்ற நூலும், கிருஷ்ண மிஸ்ர இயற்றிய ‘பிரபோத சந்திரோதயா’ என்ற நூலும் நாடக நூல்களாக அமைந்து காபாலிகரின், பேரின்பத்திற்கான சிற்றின்ப இயங்குவியலை வெறுத்துக்கூறுபவையாய் உள்ளன.[10]

காபாலிகர், பெண்ணை வரைமுறையின்றிப் புணர்வதன் மூலம் இறைவனை அடையலாம் என்ற தீவிரவாதத்துடன் அவ்வாறே வழக்கமும் கொண்டிருந்தனர். விலங்குகளையும் மனிதர்களையும் பலியிட்டு இறைவனை நெருங்குவதாகவும் அவர்களின் வழிபாடு அமைந்திருந்தது. அவ்வகையில் அக்

காபாலிகப் பிரிவினர் தத்தம் பெண் சீடர்களுடன் திரிபவர்களாகவும் காணப்பட்டிருந்தனர். கால்நடையாகவே எங்கும் பயணிப்பவர்களாகவும், சமூகத்திலிருந்து முற்றிலும் விலகிய வாழ்க்கையினராகவும் சாதியைப் பேணாதவர்களாகவும் இயல்புற்றிருந்துள்ளனர்.[11] பிணம் எரிக்கப்பட்ட சுடுகாட்டுச் சாம்பலை உடலில் பூசியவர்களாக, மண்டைஓட்டினைக் கிண்ணமாகப் பாதி அறுத்து பிச்சைப்பாத்திரமாக ஏந்தியிருப்பர். சில சமயம் மூவேள் எனும் திரிசூலத்தினை வைத்திருப்பர் என்றும் அறியப்படுகிறது.

மேலும், காபாலிகர் எவ்வொரு நிபந்தனையுமற்ற, வரையறையுமற்ற, கொடுஞ்சுதந்திரர்களாகவும் திரிவர். கொடூரக் குணங்கொண்ட அவ்வோரின் செயல்பாடுகள் சில சமயம் கேளிக்கையாகவும் இருக்கும். இதனால்தான் கடுமையும் சிலசமயம் நகைச்சுவையாகவும் காபாலிகரின் போக்கு இருந்துள்ள நிலையில் தூண்டப்பட்டவனாய் மத்தவிலாசப்பிரகாசனம் என்ற நையாண்டியிய நூலை மகேந்திரவர்மன் எழுதினான் போலும். அதனை அவன் பதிவிற்காக மட்டுமே எழுதியிருக்கமாட்டான். பதிவிற்காக என்றால் ஏன் அதனை நாடகமாக இயற்றினான் என்ற கேள்வி எழுகிறது. ஆக, அது ஒரு நாடக நூல் என்பதால் சிறப்பு விழாக்களின்போது விழிப்புணர்விற்காக அந்நாடகம் நிகழ்த்தப்பட்டிருக்கலாம். என்றால், அந்நாடகக் காட்சிகளில் வரும் சில காட்சிகளைத்தான் முன் குறிப்பிட்ட சன்னதித் தெருவின் தான்தோன்றீஸ்வரர் கோயிலில் சிற்பமாகச் செதுக்கிவைத்தான், என்றால் இப்போது பொருந்திவருகிறது.

ஏகாம்பரேஸ்வரர் கோயில் அன்றைய காஞ்சிபுரத்தின் நகர அமைவின்படி, ஈசான மூலையில் அமைந்திருந்த நிலையில் அங்குச் சுடுகாடு இருந்திருக்கவேண்டும். எனவேதான் அப்பகுதிகளில் காபாலிக மற்றும் பாசுபத வழிபாட்டினரின் புழக்கம் அதிகமாக இருந்துள்ளது. அக்கோயிலில் இருந்த காபாலிகர்களுக்கென்ற மடத்தில் காபாலிக நெறியினர் தங்கியிருந்த நிலையில், இன்றைய ராயகோபுரத்தின் எதிராக நீளும் சன்னதித் தெருவில்தான் அவர்களின் போக்குவரத்து அதிகமாக இருந்திருக்கவேண்டும். உணவிற்காகப் பிச்சை எடுப்பதற்கோ, குடிப்பதற்கோ மதுவைக் குடுவைகளில் வாங்கிவருவதற்கோ அவர்கள் அத்தெருவை மிக சரளமாகப் பயன்படுத்தியிருப்பர் போலும். அத்தெருவில் அல்லது அதனைத் தாண்டி இன்னும் தொலைவில் அமைந்த ஒவ்வொரு மதுக்கடைக்கும் சென்று குடிப்பது அவர்களின் வழக்கமாக இருந்துள்ளது.

அவ்வாறு மது அருந்திவிட்டுத் தள்ளாடிக் கால்கள் பின்ன போதையில் நடக்கும் காட்சிகள் அத்தெருவில் அன்றாடம் தென்படும் நிகழ்வாக இயல்புற்றிருத்தல் வேண்டும். கைகளில் எப்போதும் மதுக்குடுவையுடன்[12] இருக்கும் இவர்கள் அன்றைய மக்களுக்கு அச்சுறுத்தலாகவும் அதேநேரத்தில் வேடிக்கை பார்க்கிற அளவிலான நடவடிக்கை கொண்டிருப்போராக, விரும்பவும்பட்டிருந்தனர் போலும்.

மேலும், மேற்குறிப்பிட்டுள்ளவாறு காபாலிகர்கள் மோட்சம் அடைவதற்கான தாந்த்ரீகப் பயிற்சியாக வரையறையற்ற புணர்ச்சியைப் பிரதானமாகக் கடைபிடித்திருந்தனர்.[13] இதனால் ஒளிவுமறைவற்ற அவர்களின் புணர்வு நடவடிக்கைகள் பொதுமக்களைச் சலனத்திற்கு உள்ளாக்கியிருக்கலாம். ஏதோ ஒரு நாள் மகேந்திரவர்மன் அவர்களின் எல்லை மீறிய அருவருக்கத்தக்கச் செயல்களை நேரில் காண நேர்ந்த நிலையில் கண்டித்திருப்பான் போலும். அது நிகழ்ந்த இடமும் அதே சன்னதி வீதியாக இருந்திருக்கலாம். ஏனெனில், மேற்கூறியவாறு காபாலிகர் புழங்கும் பிரதானத் தெருவாக அது இருந்திருத்தல்வேண்டும்.

இதனைக் காட்சியாகவே ஆவணப்படுத்தியவனாய் முதலாம் மகேந்திரன் அரிது நிற்கிறான். அவன் இயல்பில் ஓர் ஓவியன். அவனின் சித்திரகாரப்புலி என்ற விருதுபெயர் அதனை உறுதிபடுத்தும்.[14] எனவேதான், அதே சன்னதித்தெருவில் அமைந்திருந்த தான்தோன்றீஸ்வரர் கோயிலில் அக்காட்சிகளைச் சிற்பங்களாக மகேந்திரவர்மன் பதியச்செய்திருப்பான் போலும். யூகம்தான் எனினும் மிகச்சரியாகப் பொருந்துகிறது.

முன்பு காஞ்சிபுரத்தின் ஏகாம்பரேஸ்வரர் கோயிலின் தல விருட்சம் மாமரம் என்று குறிப்பிட்டிருந்தேன். அது முன்பிருந்த நெடுமரத்தூணின் (மாமரக் கந்தின்) தொடர் மரபின் பரிணாமம் என்று கூறியிருந்தேன். அதுபோன்றே மதுரை (மீனாட்சி) சுந்தரேஸ்வரர் கோயிலின் தலவிருட்சம் மருதமரமாக இருப்பதும் குறிப்பிடத்தக்கது. மதுரை மருத நிலத்தின் தலைநகராகும். மருதை என்பதே சரியான பெயர். மதுரை திரிபுற்ற பெயராகும். வைகையை வாழ்வாதாரமாகப் பெற்று விளைநிலங்களால் வளம் பெற்ற நகரம். முழுமையான மருதத்திற்கோர் எடுத்துக்காட்டாய் வரலாற்றினைப் பெற்றுக்கொண்ட தலைநகரம். வயலும் வயலும் சார்ந்த நிலமே மருதம். தொல்காப்பியத்தின் வரையறையின் படி மருதத்தின் தெய்வம் வேந்தன் ஆவான். அவ்வகையில், வேந்தன் எனும் தொல்வழிபாடானது பெரும்பான்மை பெற்றுவந்து கொண்டிருந்த சிவ வழிபாட்டினில் கலந்து ஒன்றாகிவிட்டதை

இனி அறிய இயலும். பலதேவன் வழிபாடும் சிவ வழிபாட்டில் ஒடுங்கிப் பின் காணாமற்போயிற்று.

மேலும், வாலீஸ்வரன் என இன்று அரிதாக வழங்கப்பட்டு வரும் கோயில்கள் அன்று பலதேவனுக்கான கோயில்களாக இருந்தவையாகலாம். வாலியுடன் ஈஸ்வரன் பின்ஒட்டாக இணைய வாலீஸ்வரன் என வழங்கப்படலாயிற்று. இவற்றிற்கு எடுத்துக்காட்டாகக் காஞ்சிபுரத்தின் ஏகாம்பரேஸ்வரர் கோயில் வளாகத்தில் இருக்கும் வாலீஸ்வரன் கோயிலைக் கூறலாம். அம்பாசமுத்திரத்திற்கு அருகில் அமைந்துள்ள திருவாலீஸ்வரம் கோயில் பலதேவனுக்கான கோயிலாக இருக்கலாம்.[15] பலதேவனை வாலியுடன் ஒப்பிடுவர்.

மருதத் திணைக்குக் கருப்பொருள் கூறும் இலக்கணம் அதற்குரிய கடவுள், மக்கள், புள், விலங்கு, ஊர், நீர், பூ, மரம், உணவு, பறை, யாழ், பண், தொழில் என அனைத்தும் வரையறுக்கப்பட்டதான ஒரு சீர்வரிசையை நிரலிடும். எனினும், இங்கு அத்திணை சார்ந்த கடவுள், மரம் மட்டுமே தேவை என்ற நிலையில் வேந்தனே கடவுளாகவும் மரம் மருதமாகவும் சொல்லப்பட்டுள்ளது.

வேந்தன் வழிபாட்டிற்கான மருதமரத்திலான கந்துடைப் பொதியிலாக முன்பு மதுரையின் சுந்தரேஸ்வரர் கோயில் இருந்திருக்கவேண்டும். அல்லது முன்பு காடாக இருந்த நிலையிலேயே மருத மரத்தின் கீழ் ஒரு கல்லால் நடப்பட்ட கல் – கந்துவினைக்கொண்ட அரிய வழிபாட்டுத்தலமாக அது அன்று இருந்திருத்தல் வேண்டும். அவ்வகையில், அதனை வழிபட்டிருந்தோர் அன்றைய காலகட்டத்தில் காபாலிகப் பிரிவினராக இருந்திருக்கலாம். இதனை மெய்யுறுத்துவதாக இன்னும் கூட மதுரை (மீனாட்சி) சுந்தரேஸ்வரர் கோயிலின் முதலாம் பிரகாரம் கபாலி மதில் என்றழைக்கப்படுவதைக் காணலாம். மதுரைக்கு வந்த திருஞானசம்பந்தரும் அம்மதிலைக் 'கபாலி மதில்' எனக் குறிப்பிட்டிருப்பது குறிப்பிடத்தக்கது.

மேலும், முதலாம் பிரகாரத்தின் வடமேற்கு மூலையில் கங்காளமூர்த்தியின் சிற்பம் பரிவாரத் தெய்வமாக வழிபடப்பட்டுவருகிறது. மிக அழகான ஆளுயரச் சிற்பம் அது. பிற்காலப்பாண்டியரின் கலையின் ஆகச்சிறந்த எடுத்துக்காட்டாக அரிது நிற்பது. எனினும், அது முதலாம் குலோத்துங்கன் காலத்திய கலைப்பாணியுடன் காணப்படுகிறது. அஃது உண்மையில் மிக மிக அழகான சிற்பம். சுந்தரேஸ்வரர் கோயில், அதன் முதலாம் பிரகாரம், அப்பிரகாரத்தில் வைப்பிடம் கண்டுள்ள

பரிவாரத் தெய்வங்கள் ஆகியவற்றை அமைத்தவனாக மன்னன் குலசேகரபாண்டியன் அறியப்படுகிறான்.[16]

'திருப்பணிமாலை' எனுமொரு சிறப்பு நூல் மதுரை மீனாட்சி சுந்தரேஸ்வரர் கோயிலில் நடந்த திருப்பணிகளைக் கூறுகிறது. அது பரிவாரத் தெய்வ அமைவுகளைக் கூறும்போது என்னென்ன தெய்வங்கள் அங்கு அமைக்கப்பட்டன என விவரமாகக் குறிப்பிடவில்லை எனினும்; சூரியன் முதல் சண்டேஸ்வரர் வரையிலான பரிவாரத் தெய்வங்களை அங்குக் குலசேகரன் அமைத்தான் எனக் குறிப்பிடுகிறது. என்றால், இவற்றிடையே குறைந்தபட்சம் ஐந்து தெய்வங்களாவது அமைக்கப்பட்டிருத்தல் வேண்டும் என நம்பலாம். கங்காள மூர்த்தியும் அதில் அடக்கம் என்பதாகும்.

கங்காள மூர்த்தியின் சிற்பம் குழுச் சிற்பமாக அமைக்கப் பட்டுள்ளது. நடந்துசெல்பவராக கங்காளமூர்த்தி இயக்க நிலையில் காணப்படுகிறார். நான்கு கரங்களுடன் தோற்றப்படுத்தப்பட்டுள்ள இவர் ஆறடி உயரத்துடன் அமைக்கப்பட்டுள்ளார். இவருடன் அமைக்கப்பட்ட மகளிர் சிற்பங்கள் இங்கு இவரின் இரு பக்கங்களிலும், பக்கத்திற்கு இரண்டாக மொத்தம் நான்கு உள்ளன. இவை நான்கு அடி உயரத்துடனானவை. இவர்களுடன் சிவனுக்கு முன்பாக செல்கிறவாறு பிட்சைப்பாத்திரத்தினைத் தலையில் ஏந்திய குறளுருவச் சிவகணம் ஒன்றும் காணப்படுகிறது. இது மூன்றரை அடி உயரம் கொண்டதாகும்.

முன்பு இச்சிற்பம் பிரகாரச் சுற்றுமேடையில் வெறுமனே வைக்கப்பட்டிருந்திருக்கலாம். பின்னர் இதற்கெனச் செங்கற்சுவரால் சிறு அறை தடுக்கப்பட்டு அதே இடத்தில் சிறு கோயிலாக மாற்றம் பெற்றுள்ளது. இக்குழுச்சிற்பம் கற்சிற்பம் போன்று காட்சி தருவதாயினும் சுதைச்சிற்பமாகும்.[17] இச்சிறு கோயிலுக்கென உலோகத்தாலான உற்சவ மூர்த்தியின் சிற்பமும் இங்கு வைக்கப்பட்டுள்ளது. இவ் உலோகச்சிற்பம் மூலவர் சிற்பத்தின் அதே அமைதியைப் பிரதிசெய்வதாய் வடிக்கப்பட்டிருப்பினும் கூட நாயக்கர்பாணிச் சிற்பமாகக் காணப்படுகிறது. அது, அழகில் மூலவர் சிற்பத்திற்கு ஈடாகாமல் தோற்று நிற்பதை உணரமுடியும். பாண்டியர் கலையின் மகத்தான சிற்பக்கலைக்கு அரிய எடுத்துக்காட்டாக நிற்கும் இச்சிற்பத்தினை எவரும் கண்டுகொண்டதாகத் தெரியவில்லை. மட்டுமன்றி, கங்காள மூர்த்தி பரிவாரத் தெய்வமாக இங்கு வழிபடப்படுவதன் காரணத்தினை எவரும் இதுநாள்வரை உணர்ந்ததாகத் தெரியவில்லை. நாமறிந்தவரை பிற எந்தக்

கோயிலிலும் ஆளுயரச் சிற்பமாகக் கங்காதரர் சிற்பத்தினை அவ்வளவு முக்கியத்துவம் கொடுத்து அமைத்துவைக்கவில்லை என்றே தெரிகிறது.

கங்காள மூர்த்தி சிற்பம் கருவறைப் புறச்சுவரின் இறைக்கோட்டங்களிலும், கோபுர இறைக்கோட்டங்களிலும் மட்டுமே காணப்படுவதாகும். சிதம்பரம் கோயிலின் நான்கு கோபுரங்களிலும் இச்சிற்பம் இடம்பெற்றிருப்பது குறிப்பிடத்தக்கது. அவ்வாறிருக்க, (மீனாட்சி) சுந்தரேஸ்வரர் கோயிலின் கபாலி என்ற பெயருடனான மதிலும் பரிவாரத் தெய்வமாகக் கங்காள மூர்த்தி அங்குப் போற்றப்படுவதும் முன்பு அக்கோயில் காபாலிக வழிபாட்டில் இருந்த ஒன்று என்பதனை உணர்த்தும் காரணிகளாக இப்போது நம்முன் நிற்கின்றன.

கங்காள மூர்த்தியின் படிமம் முற்றிலும் அன்றிருந்த காபாலிகனின் இயல்புத் தோற்றத்தினைப் பிரதிபலிப்பதாகவே அமைக்கப்பட்டிருத்தல் வேண்டும். இது சிவனின் கடும்பிரிவின் படிமமாக அனுசரிக்கப்பட்டுப் பின் பொதுப்பிரிவான சைவத்திலும் ஏற்றுக்கொள்ளப்பட்டிருந்தது. இக்கடும்பிரிவு வழிபாட்டிற்கான படிமம் கங்காள மூர்த்தியாக இயற்றம்கண்ட நிலையில் பின்னர் அவ்வாறேயான பிற கடும்பிரிவுகளின் பிட்சாடனாரும், பைரவரும் பொதுப்பிரிவான சைவத்திலும் சிறப்பு நிலையைப் பெற்றுக்கொண்டனர்.

ஆக, சுமார் 2000 ஆண்டுகளுக்கு முன்பிருந்தே இத்தகைய தொல்மரபான கந்துடைப் பொதியில் வழிபாடும் உருவ வழிபாட்டிற்கான கோட்டங்களும் இருந்துவந்துள்ளதை அறியலாம். எனினும், கோட்டங்களில் உருவம் அமைத்து வழிபடும் வழக்கம் மலரத் தொடங்குகையில் சில குறிப்பிட்ட உருவங்களே சிவனுக்கும் திருமாலுக்கும் என, ஓவியங்களாகவும் சிற்பங்களாகவும் படைக்கப்பட்டிருந்தன. அவ்வகையில், திருமாலுக்கான தொன்மையான படிமமாக அனந்தசயனம் என்கிற பாம்பணை உறக்கம் முந்திநிற்கிறது. பாம்பணை உறக்கம், பள்ளிகொண்ட பெருமாள் ஆகியவற்றைச் சமஸ்கிருதத்தில் முறையே அனந்தசயனம், அனந்தசயன மூர்த்தி என்பர். தொண்டைமான் இளந்திரையன் காலத்திலிருந்தே அனந்த சயனத்திற்கான படிம – மரபு வழக்கம் பெற்றிருந்துள்ளதை அறியலாம். இதனால் அவனுக்கும் முன்பே திருவரங்கத்தில் சங்ககாலச் சோழர்களால் குறிப்பாக இரண்டாம் கரிகாலனால் பள்ளிகொண்ட பெருமாளுக்கான அரங்கம் அமைக்கப்பட்டிருந்திருக்கலாம். அரங்கம் என்ற பெயர் மரபே இதன்

தொன்மையை உணர்த்தும். கோட்டம், கோயில் என்ற பிந்தைய சொல் மரபைத் தாண்டி முந்தைய சொல் வழக்குகளுடன் பொதியில், மன்றம், அரங்கம் என்கிற சீர் மரபில் இன்று 'திரு' எனும் முன்னொட்டுடன் 'திருவரங்கம்' எனவும் வழங்கப்பட்டு வருகிறது.

இத்தகைய உருவ வழிபாட்டுடனான கோயில் மரபிற்கு முந்தைய அல்லது முன்னோட்டமாக, கருடப்பறவையின் உருவத்துடனான யூப நெடுந்தூணை நட்டு, எரியோம்பல் எனும் வேள்வியை நிகழ்த்தியவனாக முதலாம் கரிகாலன் சிறப்புறு கிறான். இதனைப் புறப்பாடல் ஒன்று சான்றிடுகிறது. பாடல் வரிகள் பின்வருமாறு:

> பருதி உருவின் பல்படைப் புரிசை
> **எருவை நுகர்ச்சி யூப நெடுந்தூண்** புறம் 224: 7, 8

எரு என்றால் பருந்து ஆகும். உவணம், கருடன் எனவும் பருந்து எனவும் அறியப்படும். என்றால், உச்சியில் கருடனின் உருவம் அமைக்கப்பட்ட நெடுந்தூண் என்பதாகும்.

எனவே, உருவ வழிபாடு அறிமுகம் ஆவதற்கு முந்தைய நிலையாகவே இக் கந்து வழிபாடானது நேரிடையாக இறை உருவத்தை அறிமுகம் செய்யத் துணியாத நிலையில்; குறிப்பிட்ட அக்கடவுளரின் கொடிச்சின்னங்களை அல்லது அவர்களின் வாகனங்களைக் கந்துவின் உச்சியில் உருவமாக அமைத்து வழிபடும் வழக்கத்தினை ஏற்படுத்தியிருந்தது. இம்மரபினைப் பின்மரபின் உருவ வழிபாட்டிற்கும் முன்மரபான கந்து, கந்திற்பாவை வழிபாட்டிற்கும் இடைநிலைப் பரிணாமமாகக் கொள்ளலாம்.

விஷ்ணு வழிபாடும் அதற்குரிய கந்து நடப்பட்டிருந்த கந்துடைப் பொதியிலில் வழிபடப்பட்டுவந்துள்ளது. இதனைச் சித்தோர்கர் மாவட்டத்தின் கோசுண்டி (ராஜஸ்தான் மாநிலம்) என்ற ஊரில் கிடைத்த கல்வெட்டுச்செய்தி மூலம் அறியலாம். அவ்வாறு நடப்பட்டிருந்த கந்துவிற்குப் பின்னர் நெடுங்கற்பாளங்களால் வேலியமைத்ததை அக்கல்வெட்டு கூறுகிறது. அவ்வகையில், அங்குக் கந்துவாகச் 'சாலகிராமக்கல்' பயன்படுத்தப்பட்டிருப்பதையும் அறியலாம். சாலக்கிராமக்கல்லில் விஷ்ணு உறைவதாக நம்பப்படுகிறது. இச்செய்தியைக் கூறும் அக் கல்வெட்டு அக் கல்வேலியினை 'நாராயண வாடக' (*Enclosure of Narayana*) என்கிறது.[18] பொஆமு முதலாம் நூற்றாண்டின் பிற்பகுதியைச்சேர்ந்த இக்கல்வெட்டு 'சர்வதத்த' என்கிற அரசனால் அக்கல்வேலி அமைக்கப்பட்டது எனக் குறிப்பிடுகிறது.

மட்டுமன்றி இவ்வரசன் 'காஜாயன' என்ற குலப்பெயருடன் அழைக்கப்பட்டிருந்த நிலையில் தென்னிந்திய கங்க அரச வம்சத்துடன் தொடர்பு இருப்பதாகவும் கூறப்படுகிறது. எனினும், உறுதிபெறமுடியவில்லை என அறிஞர்கள் கருத்திட்டுள்ளனர்.[19] இச்செய்தியின் மூலம் மரத்தினால் மட்டுமன்றி காரணத்தின் அடிப்படையில் கல்லினாலும் கந்து நடப்படும் வழக்கமும் இருந்துள்ளதைச் சாலக்கிராமக்கல்லின் மரபு தெரியப்படுத்துகிறது.

தமிழகத்தில் இன்றளவும் சில பழமையான கோயில்களில் அவற்றின் முன்பாக நெடியதூண்கள் நிறுத்தப்பட்டிருப் பதைக் காணமுடியும். முன்பு அக்கோயில்கள் கந்துடைப் பொதியிலாக இருந்தவை என்பதற்கான அடையாளக்கூறாகவே அத்தூண்கள் நிறுத்தப்பட்டிருப்பதாக எண்ணத் தோன்றுகிறது. எடுத்துக்காட்டாக, திருக்கோவிலூர் உலகளந்தபெருமாள் கோயிலின் மூன்றாம் பிரகாரத்திற்கு எதிரே வெளியில் நிற்கும் கருடத்தூணைக் குறிப்பிடலாம். அது விஷ்ணு – கந்துவிற்கான பிரதிபலிப்பாகவே நமக்குப்படுகிறது. *(பார்க்க: நிழற்படம் – எண்: 6, 7)* திருப்பதி, திருமலை நுழைவுவாயிலின் அருகில் கருட யூபத்தூண் ஒன்று நிறுவப்பட்டுள்ளது. இது கல்தூணாகும். இது பிந்தைய காலத்தியதாயினும் அவ்வாறு மீண்டும் அங்கு அமைத்திட முன்பு அங்குக் கருடத்தூண் மரபு இருந்துள்ளது என்பதாகும். இதனை நாம் திருப்பதி சென்றிருந்த நிலையில் *(13–08–2017)* நேரடியாகக் களப்பணி செய்து தெரிந்துகொண்டோம். *(பார்க்க: நிழற்படம் – எண்: 28, 29)*

அவ்வாறே காஞ்சிபுரத்திற்கு அருகில் உள்ள கூரத்தின் பெருமாள் கோயிலிலும் இதே போன்ற ஒரே கல்லினால் ஆன தூண் ஒன்று கோயிலின் எதிரே நிற்பதைப் பார்த்திருக்கிறேன் *(பார்க்க: நிழற்படம் – எண்: 8)*. மலையடிப்பட்டிக் குடைவரைக் கோயிலுக்கு முன்பாக ஒரு நெடுந்தூணைக் களஆய்வின்போது கண்டுள்ளேன் *(பார்க்க: நிழற்படம் – எண்: 9)*. மற்றுமொரு களப்பணியில், திருஈங்கோய் மலை மீதுள்ள மரகதாச்சலேஸ்வரர் கோயிலுக்குச் செல்லும் படிக்கட்டுப்பாதையின் தொடக்கத்தில் ஒரு நெடுந்தூண் நிறுவப்பட்டுள்ளதையும் முன்பு காண நேர்ந்தது. இது சிவன் கோயில் எனினும் அவ்வாறு தூண் நடப்பட்டிருப்பது காண்க. *(பார்க்க: நிழற்படம் – எண்: 10)*

இவ்வாறே பிற கோயில்களின் முன்பாக தூண்கள் அமைந்திருப்பதை எடுத்துக்காட்ட இயலும். எனவே, இக்கருடத்தூண் மரபு என்பது கந்துடைப் பொதியில் மரபினைப் போற்றும் வகையில் அல்லது ஏதோ ஒரு வகையில் அம்மரபைத்

தொடரவேண்டி சற்று மாறுபாட்டுடன் நினைவுத் தூண்களாக அமைக்கப்பட்டவையாகவே காணமுடிகிறது; அல்லது யூபத்தூண் வழிபாட்டின் தொடர்ச்சியைக் குறிப்பதாகலாம். இவ்வழக்கம் வட இந்தியாவிலும் காணப்பட்டிருப்பதை அறிய இயலும். எடுத்துக்காட்டாக, மத்தியப்பிரதேசத்து விதிசா மாவட்டத்தின் பேஸ் நகரில் கிடைக்கப்பெற்ற கல்வெட்டு ஒன்று முந்தைய இரண்டாம் நூற்றாண்டின் கடைசிப்பகுதியில் கருடத்தூண் நிறுவியதைக் குறிப்பிடுகிறது. அதை நிறுவியவன் தட்சசீலத்தின் ஒரு யவணன் (கிரேக்கன் / *Greek*). அவன், சுங்கவம்சத்தின் பதினான்காம் அரசனின் ஆட்சிக்காலத்தில் இத்தூணை நிறுவியுள்ளான். அக் கல்வெட்டின் சாரம் அவன் கிரேக்கத்தினன் என்றாலும் அதீத விஷ்ணு பக்தன் என்பதை உணர்த்துவதாக உள்ளது.[20]

அவ்வாறு திறந்தவெளியில் நிறுவப்படும் கருடத்தூண் வழிபாட்டிற்குரியதாகும். விஷ்ணுவிற்கான குறியீடுடனான கல் – கந்து அது. என்றால், சராசரி உயர அளவுடனான கந்து இன்னும் உயரமாக்கப்பட்டு நெடுந்தூண்மரபிற்கு வந்த நிலையில் அவற்றுள் கடவுளரின் வாகனங்கள் வடிவப்படுத்தப்பட்டிருந்தன. இவ்வழக்கம், முன்பு அசோகர் காலத்தில் நிறுவப்பட்டிருந்த காளை உருவத்துடனான உச்சியைக் கொண்ட நெடுந்தூண்களை நினைவிடுகிறது. பீஹாரில் நேபாளத்தை ஒட்டி அமைந்த பகுதியான ராம்பூர்வாவில் கிடைக்கப்பெற்ற காளை உருவம் அசோகத்தூணில் பொருத்தப்பட்டிருந்த தலைப்பகுதியாகும் (capital).[21] அவ்வாறே அமர்ந்த நிலை சிம்மத்தின் உருவமும் அங்குக் கிடைக்கப்பெற்றுள்ள நிலையில் அதுவும் நெடுந்தூண் ஒன்றின் தலைப்பகுதியே. இவை தவிர, அமர்ந்த நிலை சிம்மம் பொருத்தப்பட்ட தூண் ஒன்று லாரியா நந்தன்கரில் (பீகார்) நிற்பதைக் காணலாம்.[22] என்றால், ஒருவேளை இவை அன்று சிவனுக்கும் கொற்றவைக்குமான யூபத்தூண்களாக இருந்திருக்கவேண்டும்.

மேலும், பொஆமு 3ஆம் நூற்றாண்டில் (3rd BCE) இந்தியத் துணைக்கண்டத்தில் பல இடங்களில் இத்தகைய நெடுந்தூண்களை மௌரியப் பேரரசனான அசோகன் நிறுவியிருந்தாலும் கிடைத்திருப்பவை பத்தொன்பது மட்டுமே. இவை, கல்வெட்டுகளைக் கொண்டுள்ளன என்பது குறிப்பிடத்தக்கது. இத்தகைய தூண்மரபினை கந்துடைப் பொதியிலின் கிளைகொண்ட அடுத்த பரிணாமமாகப் பார்க்கவியலும். அவை உண்மையில் யூபத்தூண்களாக இருந்திருக்க வாய்ப்புண்டு. அல்லது சமயக்குறியீடுடனான அரசியற் குறியீட்டுத்தூணாக அவற்றினை

அசோகன் கையாண்டிருந்தான் எனப் புதிய விளக்கத்தை இனிப் பெறலாம். யூபத்தூணானது ஓர் உவமானத்திற்காக மத்தவிலாச நாடக நூலில் கையாளப்பட்டுள்ளது. எவ்வாறெனில், ஒரு கள்ளுக்கடையில் நடப்பட்டிருந்த ஒரு கழியில் அதன் பெயர்ப்பலகை மாட்டப்பட்டிருந்துள்ளது. அக்கழி, யூபத்தூண் போன்று காணப்படுவதாகக் குடிகாரக் காபாலிகன் கூறுவதாக அமைந்துள்ளதாகும். என்றால் பல்லவ நாட்டில் யூபத்தூண் நட்டு வேள்வி செய்யும் மரபு இருந்துள்ளதை இதன்மூலம் அறியலாம்.[23] இது இன்றளவும் ஆனால் அரிதாகக் கையாளப்படுவதுண்டு. காஞ்சி ரங்கராச்சாரியார் சந்திரசேகரேந்திர சரஸ்வதி சுவாமிகளின் நூற்றாண்டினை ஒட்டி அமைக்கப்பட்டுள்ள நினைவு மண்டபம் ஒன்று காஞ்சிபுரத்தில் உள்ளது. இது ஏகாம்பரேஸ்வரர் கோயிலின் அருகில் அமைந்துள்ளது. இதன் முன் நடப்பட்டுள்ள நூறு அடி உயரம் கொண்ட கந்து எனும் நெடுந்தூண் இன்றைய காலகட்டத்திற்கான அதன் மரபின் ஓர் எடுத்துக்காட்டாகும். (பார்க்க: நிழற்படம் – எண்: 19 & 20)

கந்திற்பாவை

மேற்குறிப்பிடப்பட்டுள்ள தூண்கள் என்பன வெறும் கந்தாக இருந்த நிலையில் அவற்றில் உருவமும் பொறித்து வழிபடப்பட்டுவந்ததைப் பார்த்தோம். இவையே கந்திற்பாவை என வழங்கப்பட்டிருந்தன. என்றால், மேற்சொல்லப்பட்டுள்ள அவ் யூபநெடுந்தூண்களும் கந்திற்பாவைகளே ஆகும். கந்திற்பாவை மரபுற்ற ஓர் அடுத்த பரிணாமமாக யூபத்தூண்களைக் குறிப்பிடலாம். 'கந்திற்பாவை' எனும் சொல் சீத்தலைச்சாத்தனாரால் அறிமுகப்படுத்தப்பட்டதாகவே தெரிகிறது. மணிமேகலையில் 'பாத்திரம்கொண்டு பிச்சை புக்க காதை' என்ற பகுதியில் அச்சொல் பயன்படுத்தப்பட்டுள்ளதை அறியலாம். பாடல் வரிகள் பின்வருமாறு:

> கந்துஉடை நெடு நிலைக்கடவுள் எழுதிய
> **கந்திற்பாவை** அருளும் ஆயிடின்... 34

மேற்தரப்பட்டுள்ள வரிகள் உணர்த்தும் பொருள் என்னவென்றால் உயரிய கந்து எனும் நெடுந்தூணில் செதுக்கப்பட்டிருக்கும் அல்லது வரையப்பட்டிருக்கும் தெய்வமான கந்திற்பாவை என்பதாகும். பாவை என்றால் உருவம் அல்லது பொம்மை என்று எளிதாகப் புரிந்துகொள்ளலாம். சிவனின் கல் – கந்திற்பாவையாகக் குடிமல்லத்தின் பரசுராமேஸ்வரர் கோயிலின் இலிங்கம் சிறப்புற்று நிற்பதைக் காணலாம். இதனால் கந்து, கந்திற்பாவையாகக் குறிப்பாக இறைவனின் நேரடி உருவத்துடன்

இங்கு அமைக்கப்பட்டுள்ளது என்பதனை உற்று நோக்கவேண்டும். இது ஓர் அடுத்த நிலையிலான பரிணாம வளர்ச்சியாகும். இது முந்தைய இரண்டாம் நூற்றாண்டிற்குரியது (பார்க்க: நிழற்படம் – எண்: 18). இன்று கோயிலுக்குள் காணப்படும் இவ் இலிங்கம் தொடக்கத்தில் கந்துடைப் பொதியிலாக அல்லது திறந்தவெளியில் (hypaetheral) குறைந்த உயரமுடைய வேலியுடனான ஒரு பீடத்தின் மீது நிற்கும் கந்திற்பாவையாக இருந்ததாகும்.[24]

மேலும், பொஆமு இரண்டாம் நூற்றாண்டின் காலக்கட்டத்தில் பொதியிலில் நடப்பட்டிருக்கும் உருவமற்ற நெடுந்தூண், கந்தாக மட்டுமே இருந்ததைப் பட்டினப்பாலை ஆவணப்படுத்தியிருக்கிறது. பின்னர் எழுந்த இலக்கிய நூலான மணிமேகலை, கந்துவைக் கந்திற்பாவையாகப் பரவலாகக் குறிப்பிடுவதைக் கவனித்தாக வேண்டும். பட்டினப்பாலையின் காலத்திற்கும் மணிமேகலையின் காலத்திற்கும் குறைந்தபட்சம் 250 ஆண்டுகள் இடைவெளியிருக்கக்கூடும். என்றால், இக்கால ஓட்டத்தின் பரிமாற்றங்களால் வெறும் மரத்தூணாக இருந்த அவற்றில் உருவங்களும் வடித்து வழிபடும் வழமை உண்டாயிற்று என்பதாகும். அவ்வாறு கந்தியல் வழிபாடு, கந்திற்பாவையியல் வழிபாடாக வளர்ச்சி பெற்ற நிலையில் பின்னர் தனித்த உருவங்களாகச் செதுக்கி வடிவம் காண ஏதுவாயிற்று.

இந்நிலையில், இந்தியா முழுதும் சைவ, வைணவ நெறிகளின் தொன்மக்கதைகள் பரவலாக மக்களிடம் சென்று சேர்ந்திருந்தன. இடையில் பரவியிருந்த பௌத்தமும் சமணமும் மற்றுமொரு வழிபாட்டின் தன்மைக்கு உடன்படுத்தியிருந்தாலும் உரிய அல்லது ஆதிய வழிபாடு மீண்டும் மக்களிடையே பரவி வரவேற்பைப் பெற்றிருந்தது.

சீர்திருத்தம்பெற்ற சிவ நெறியும் வைணவ நெறியும் தென்னகம் தொடும் முன் இங்கு விமரிசையாகக் கொண்டாடப்பட்டிருந்தது என்னவோ முருகவழிபாடும் கொற்றவை வழிபாடுகளுமே. முதுபெரும் வேந்தனான சோழன் கரிகாலனைச் சிறப்பித்துக்கூறும் பொருநராற்றுப்படை அவனின் வீரத்தினைப் பற்றிக் கூறும்போது முருகனுக்கு இணையானவன் என உவமித்துச் சொல்கிறது. ஆக, சிவனின் ஏதேனுமொரு சம்ஹார மூர்த்தியையோ விஷ்ணுவின் உக்கிர மூர்த்தியையோ அவனின் வீரத்திற்கு ஒப்பிடவில்லை என்பது இங்குக் குறிப்பிடத்தக்கது. என்றால் முருக வழிபாடு அன்று பெரும்பான்மை பெற்றிருந்துள்ளது என்பதாகும்.

இந்நூல் அவனது ஆட்சியின் இடைக்காலத்தில் எழுதப்பட்டிருக்கலாம். எனினும் அவனிடம் விளைந்த சமயமாற்றங்கள் என்பன வயது முதிர்ந்த நிலையில் நிகழ்வுற்றிருக்க வேண்டும்.

இதனால்தான் அவற்றினை அந்நூல் குறிப்பிடவில்லை. முருகனின் வீரம் மட்டுமே அவனின் வீரத்திற்கு ஒப்புமையாகக் கூறப்பட்டுள்ளது. என்றால், அது அவனது தொடக்கக் காலத்தின் இறைவழிபாடு சார்ந்த உவமை என்பதாகும்.

ஆளுமையிலும் மக்கள் நலம் காப்பதிலும் பிற்காலத்தில் எவ்வோர் அரசனும் தம்மை விஷ்ணுவுடன் தொடர்புபடுத்திக் கொள்வதில் விருப்பம் கொண்டிருந்தனர் என்று தெரிகிறது. அரசனொருவன் தாம் சிவனை வழிபடுபவனாக இருந்தாலும் கூட அவ்வாறு பிறர் தம்மை விஷ்ணுவுடன் உவமித்துக் கூறுவது பிற்காலத்தில் மரபாக இருந்துவந்தது. ஆக, இம்மரபிற்கு முன்னோடியாக இருந்ததென்னவோ முருக வழிபாடுதான் என்பது இங்கு உணரத்தக்கதாகும்.

மேலும், முருகனின் ஆறு தொன்முதுக் கோயில்களும் 'படைவீடு' என்று குறிப்பிடப்பட்டுவருகிறது. போர் மரபு சார்ந்த ஒரு தளம் என்கிற பொருளில் நேர்பொருளில் நின்றாலும் உண்மையில் அது எதனைக் குறிக்கிறது என இன்னமும் தெரியவில்லை. அது ஒரு தொடவியலாத கருதுகோளாகவே அல்லது அது ஒரு கருதுகோள் என்பது கூடத் தெரியாமல்தான் கிடக்கிறது. மேலும், அவ்வாறு பிற எந்தக் கடவுளின் கோயில் களும் படைவீடு என்று சுட்டப்பட்டுள்ளதாக இதுவரை அறியமுடியவில்லை. என்றால், இன்று நாம் பயன்படுத்துகிற வசிப்பிடத்திற்கான வீடு என்ற சொல் முன்பு வேறு பொருளில் பயன்பாட்டிலிருந்துள்ளதாகத் தெரிகிறது. ஆக படைவீடு என்பது ஒரு தனித்துவமிக்க ஓர் இயங்குதளம் என்கிற பிறிதொரு பொருளுடன் அன்று நேர்பொருளில் வழங்கப்பட்டிருந்திருக்க வேண்டும். முருகன் புரிந்ததாகச் சொல்லப்படுகிற கடும்போர்களுடன் அவ் ஆறுபடைவீடுகளும் ஏதோ ஒரு புள்ளியில் இணைந்த கூறுகளே என்பதை நமது ஆழுணர்வு வலியுறுத்துகிறது.

சமயக் கருத்துகளை மேற்கோளிடும் சங்க இலக்கியங்கள்

உருவ வழிபாடு தொடக்கம்பெறும் முன் மக்களிடையே விரவப்பட்டிருந்த அவை சார்ந்த தொன்மக்கதைகள் பரிச்சயமாகி இருந்த நிலையில் அவற்றினை இலக்கியங்களும் எடுத்துக்காட்டு களாகக் கையாண்டிருந்தன. சில எடுத்துக்காட்டுகளை இங்குக் காண்போம்.

1. திருக்குறள்

மடியிலா மன்னவன் எய்தும் **அடியளந்தான்**
தாஅய தெல்லாம் ஒருங்கு

610

2. பெரும்பாணாற்றுப்படை

இரு நிலம் கடந்த திருமறு மார்பின்
முந்நீர் வண்ணன் பிறங்கடை, அந்நீர்த்... 30

நீல் நிற உருவின் **நெடியோன்** கொப்பூழ்
நான்முக ஒருவற் பயந்த பல்இதழ்த்... 404

3. முல்லைப்பாட்டு

நீர்செல நிமிர்ந்த மாஅல் போலப்... 3

4. சிலப்பதிகாரம்

வாணன் பேரூர் மறுகிடை நடந்து
நீள்நிலம் அளந்தோன் ஆடிய குடமும் 55

முதலாவதாகத் தரப்பட்டுள்ள திருக்குறள் கூறும் பொருள் என்னவென்றால், திருமால் தாவி அளந்த இரு உலகத்தினையும் சோம்பல் இல்லாத மன்னன் ஆளப்பெறுவான் என்பதாகும். ஒரு மன்னன் இயல்பாகச் சோம்பல் இல்லாது இயங்கப்பெறுவானாயின் அவன் அடையும் பயனாக இறைவன் அளந்த இரு உலகையும் கூறுதல் கவனிக்கத்தக்கது. என்றால், அவ் எடுத்துக்காட்டினைச் சாதாரணமாக மேற்கோள் இட்டிருக்கமாட்டார் வள்ளுவபெருமான். என்றோ தாம்பெற்ற ஓர் இறையனுபவத்தின் விளைவாய் அவ் உயர் ஒப்புமையைக் கையாண்டிருப்பார் என்று நம்பலாம்.

அடுத்து தரப்பட்டுள்ள பெரும்பாணாற்றுப்படையின் பாடலின் பொருளானது, மூன்றடி நிலம் வேண்டி அளக்கத் தொடங்கியவன் இரண்டடியில் இரு உலகத்தினையும் கடந்த நிலையில், அடுத்த அடியை அளக்க இடமில்லாமல் விஸ்வரூபத்தில் நெடிது நின்றான். இவன் திருமகளை மருவாக மார்பில் அணிந்தவன். மூன்று கடல்களின் நிறத்தினையுடைய பெருமாள். அத்தகைய இறைவனான திருமாலின் மரபில் வந்தவனே தொண்டைமான் இளந்திரையன் என மேலும் நீளுகிறது அப்பாடல். ஆக, இளந்திரையனை அறிமுகம் செய்கிற நிலையில் விஷ்ணுவின் உலகளந்த பெருமை கூறப்படுகிறது.

மேலும், இப்பாடல் திருமாலை நீல நிறத்தவனான நெடியோன் என்கிறது. உலகமளத்தலின்போது நெடிதோங்கி விண்ணெடியம் காட்டிய திருமாலுக்கு நெடியோன் என அப்பெயர் நிலைத்துவிட்டது என்பதாகும்.

மூன்றாவதாக இடம்பெற்றுள்ள முல்லைப்பாட்டு, பத்துப்பாட்டு நூல்களிலேயே சிறியது. இதன் ஆசிரியரான

நப்பூதனார், இறைவன் உலகளந்ததை மேற்கோளிடுகிற நிலையில் மூன்று சொற்களில் இரத்தினச்சுருக்கமாகச் சொல்லி வியப்பில் ஆழ்த்துகிறார். திருவள்ளுவரின் சுருங்க உரைத்தலையும் தாண்டிய அலாதியான ஆளுமையுடன் உவமிக்கிறது அவ் விஸ்வரூப நெடியம். அதாவது, மூன்றடி தானம் கேட்ட வாமனனின் கையில், அவ்வாறே ஆகட்டும் என மாவலி தாரை வார்ப்பதற்கான நீரை ஊற்றியவுடன், திடுமென நெடிது ஓங்கி உயர்ந்து விஸ்வரூபம் காட்டிய திருமால் போல என உவமையிட்டுத்தொடர்கிறது மேலும் அப்பாடல்.

கடைசியாக இடம்பெற்றுள்ள சிலப்பதிகாரம், வாண அரசனின் பெரும் நகரத்தினிடையே நடந்து உலகளந்த நிலையில் குடக்கூத்தினை ஆடிக் களித்தான் என்கிற பொருளில் திருமாலைச் சுட்டுகிறது.

இவ் எடுத்துக்காட்டுகளின் மூலம், மக்களிடமும் இலக்கியப் புலத்தோரிடமும் திருமாலின் தொன்மக்கதையின் சில சிறப்புப் பின்னணிகள் ஆழமாக வேரூன்றியிருந்ததைக் காணமுடிகிறது. இத்தகைய போக்கினிடையே, உருவ வழிபாட்டினை அறிமுகம் செய்திட இலகுவான சூழல் மலர்ந்திருந்ததை உணரவியலும். மரத்தூணிலான உருவமற்ற கந்து அல்லது உருவத்திலான கந்திற்பாவை என இவை இரண்டினையும் தவிர, தனித்து நிற்கும் முழு உருவச்சிலையை வழிபட வேண்டிய சூழல் இசைந்திருந்துள்ளதைப் புரிந்துகொள்ளலாம்.

அவ்வாறு தனித்துநிற்கும் உருவச்சிற்பங்களை வழிபாட்டிற்கு அறிமுகம் செய்திட அன்று இரு காரணங்கள் அடிப்படையாக இருந்துள்ளன. அவை: 1. சமயத் தொன்மக்கதைகள் தொகுக்கப்பட்ட நிலையில் ஒவ்வொரு தெய்வம் சார்ந்த பின்புலக்கதைகளும் மக்களிடையே ஆழமாகப் பதிந்திருந்தமை. 2. வெற்றுத் தூணையே தெய்வமாக எண்ணி வழிபடும் கந்து வழிபாடு; அவற்றில் உருவமும் வரைந்து அல்லது செதுக்கப்பட்டு வழிபடுகிற நவீன மாற்றம் பெற்றிருந்தமை என்பனவாம். இவ் உருவ வழிபாடானது நாளடைவில் அதன் உருவத் தோற்றங்களின் செழுமை நோக்கிய பயணத்தில் நெடும் மரத்தூண்களைக் (கந்து) கைவிட்டிருந்தது. ஏனெனில், உருவத்தின் தேவைக்கேற்ற உயரத்துடன் துண்டு செய்யப்பட்ட மரங்களில் இறை உருவங்களைச் செதுக்கி சீர்மை காண ஆரம்பித்தனர். இம்மரங்கள் கழி போன்று மெலிதாக இல்லாமல், உருவம் செதுக்குவதற்கு ஏற்ற அகலம் கூடியவையாய் பயன்படுத்தப்பட்டிருந்தன. எனவேதான் தொடக்கக்கால மூலவர்சிற்பங்கள் யாவும் மரத்தினால் வடிவமைக்கப்பட்டவையாய் இருந்துள்ளன. இதன்பின்னர்தான்

கல்லாலான மூலவர்ச்சிற்பங்கள் நடைமுறைக்கு வந்தன என்பது குறிப்பிடத்தக்கது. இந்நன்மாற்ற விளைவுகள் சிற்பக்கலையில் பெரும்புரட்சி நிகழ ஏதுவாக இருந்தன என்பது உண்மை.

வட இந்தியச் சூழலும் தென்னிந்தியச் சூழலும்

வடபுலத்தில் பொஆ மூன்றாம் நூற்றாண்டளவில் சுங்கப்பேரரசினை அடுத்த மிக வலிமையான பேரரசாகக் குப்தப்பேரரசு மலர்ந்திருந்தது. குப்தர்கள் மிகப்பெரிய சமயப்பற்றாளர்களாக இருந்தனர். இந்தியச் சமயங்கள் அனைத்திற்கும் அவர்கள் பாரபட்சமின்றி ஆதரவளித்தனர். இந்துச் சமயக் கோயில்களும், புத்த சேதியங்களும் விகாரைகளும் அவ்வாறே சமண சமயத்திற்கும் எனக் கணக்கற்ற முறையில் சமயக்கட்டுமானங்களைக் குடைந்தும் எழுப்பியும் இக் காலப்பரப்பு பரபரப்பாக இயங்கியிருந்துள்ளது. இறைஉருவம் அமைத்தலில் அதீத முயற்சி மேற்கொள்ளப்பட்டிருந்தது.

குப்தப்பேரரசு வடஇந்தியாவை ஆண்டுகொண்டிருந்த நிலையில் தென்னிந்தியாவில் களப்பிரர் ஆட்சி நடைபெற்றுக் கொண்டிருந்தது. களப்பிரர் சமணர் என்பதால் முருகன், கொற்றவை, திருமால், சிவ வழிபாடு யாவும் நாட்டிடையே நிலவாமல் வீட்டிற்குள் முடங்கின போலும். சமணம் பெரும்பான்மை பெற்றது. சமண இலக்கியங்கள் மலர்ந்தன. அவ்வாறு பல்லவர் ஆட்சி மலரும் வரை இந்து சமய வழிபாடு ஏறக்குறைய பத்து தலைமுறைகளாகப் பெரும்பான்மை இழந்திருந்த நிலையில் மீண்டும் களப்பணியாற்றி நிலைநாட்ட வேண்டியிருந்தது.

ஆழ்வார்கள், நாயன்மார்களின் களப்பணிகள்

இந்துச் சமயத்தின் மறுமலர்ச்சியில், சைவம் சார்ந்து அப்பர், சம்பந்தர், சுந்தரர், மாணிக்கவாசகர் எனும் ஆன்மப் பெரியோர்கள் ஆற்றிய பங்கு அளவிடமுடியாத சிறப்புடையது. குறிப்பாக, தொடக்கக் காலத்தில் அப்பர் மற்றும் திருஞான சம்பந்தரின் தமிழகம் விரவிய களப்பாடுகளால் சைவசமயம் வலிமை பொருந்தி அசைக்க முடியாத நிலையில் மீள்நிறுத்தம் பெற்றதாயிற்று. அவ்வாறே, அப்பழுக்கற்ற தூய தெய்வசிந்தனை யுடன் வைணவ வழிபாட்டினை மீள்நிறுத்தியோராய் ஆழ்வார் மரபினர் காணப்படுகின்றனர். அதற்குரிய தொடக்கப்பாடுகளை நிகழ்த்தியோராய் பொய்கையாழ்வார், பூதத்தாழ்வார், பேயாழ்வார் போன்றோர் பெரிது நிற்கின்றனர். ஆக, புரவலம்இன்றி கைவிடப்பட்டிருந்த சமயங்களை

ஆழ்வார்களும் நாயன்மார்களும் பாடிப்பாடி மக்களிடையேயும் மன்னர்களிடையேயும் பிரபலமடையச் செய்திருந்தனர். அவ்வாறு பாடுகிற நிலையில் அப்பாடல்கள் யாவும் வரையறுக்கப்பட்டிருந்த அல்லது தொகுக்கப்பட்டிருந்த சமயத் தொன்மக்கதைகளை அடிப்படையாகப் பெற்றிருந்தன. கடவுளரின் தொன்ம நிகழ்வுகளை விளக்குவதாகவும் வியந்து போற்றுவதாகவும் அவை அமைந்திருந்தன. அத்தகைய தன்மையில், இந்நூலின் முதலாம் பாகமாகவே தன்மைபெற்றிருக்கும் எமது ‘சோழர்கால விஸ்வரூபச் சிற்பங்கள்’ (காலச்சுவடு வெளியீடு) எனும் நூலில் ஆய்வு செய்யப்பட்டிருக்கும் உலகளந்த பெருமாளின் சிற்பம் சார்ந்த கதைப்பின்புலத்தினை உச்சரிக்கும் பாடல்களாகப் பின்வருவன அமைகின்றன.

முதலாம் ஆழ்வாரான பொய்கை ஆழ்வாரின் பாடல்களை இங்கு முதலில் எடுத்துக்கொள்ளலாம். விரிவினை அஞ்சி முழுப்பாடல்களும் அளிக்கப்படாமல், உலகளந்ததைக் குறிப்பிடும் பாடல் வரிகள் மட்டும் தரப்பட்டுள்ளன. பாடலுக்குரிய எண்களும் தரப்பட்டுள்ளன.

பொய்கை ஆழ்வார் குறிப்பிடும் திருமாலின் உலகளந்த தொன்மக்கதை

பொருகோட்டு ஓர் ஏனமாய்ப் புக்கு இடந்தாய்க்கு, அன்று உன்
ஒரு கோட்டின் மேல் கிடந்தது அன்றே விரிதோட்ட
சேவடியை நீட்டி, திசை நடுங்க, விண்துளங்க
மாவடிவின் நீ அளந்த மண்! 2090

இதன் பொருள் யாதெனில் ‘மலைக்காட்டுப் பன்றியாய் நிலம் மீட்டுவந்த உன் ஒரு தந்தத்தின் மீது, விண்ணெடியம் எனும் விஸ்வரூபம் எடுத்த நிலையில் நீ அளந்த மண் ஒட்டிக் கொண்டுள்ளது’ என்பதாகும்.

பாரளவும் ஓரடிவைத்து ஓரடியும் பாருடுத்த
நீரளவும் செல்ல நிமிர்ந்ததே 2084

------------------------உலகளந்த
மூர்த்தி உருவே முதல் 2095

அடியும் படிகடப்பத் தோள் திசைமேல் செல்ல
முடியும் விசும்பளந்தது என்பர் – வடியுகிரால்
ஈர்ந்தான் இரணியன் தாகம், இருஞ்சிறைப்புள்
ஊர்ந்தான் உலகு அளந்த நான்று 2098

---------- ------- மண்ணளந்த மால் 2099

----------------------- குறளுருவாய்
செற்றார் படிகடந்த செங்கண்மால் 2101

நின்றுநிலம் அங்கை நீரேற்று மூவடியால்
சென்று திசைஅளந்த செங்கண்மாற்கு 2102

------------------------------ நீ
மண் இரந்து கொண்ட வகை? 2117

---------------மாவலி பால் வண்கை
நீர் ஏற்றானை------------------------ 2131

-------------------- மண் அளந்த
சீரான்-------------------- 2157

'மண் தா' எனஇரந்து மாவலியை – ஒண்தாரை
நீர் அங்கை தோய நிமிர்ந்திலையே நீள்விசும்பில் 2160

உராஅய் உலகளந்த ஞான்று 2165

நின்றுலகம் தாய நெடுமாலும் 2179

ஓரடியும் சாடுதைத்த 2181

இப்பாடல் வரிகளின் பொருள் கூற வேண்டிய அவசியமில்லை. அவை இறைவன் உலகளந்ததைக் கூறுகின்றன என எளிதாகப் புரிந்துகொள்ளக்கூடியவை.

அவ்வாறே, உலகளந்ததைப் போற்றிப்பாடுவதாகப் பூதத்தாழ்வாரின் பாடல்கள் அவரின் பாடற்தொகுப்பான இரண்டாம் திருவந்தாதியில் இடம்பெற்றுள்ளன. முழுப்பாடலும் அளிக்கப்படாமல் உலகளந்ததை மட்டும் குறிப்பிடும் பாடல் வரிகள் இங்குத் தரப்பட்டுள்ளன. பாடலுக்குரிய எண்களும் தரப்பட்டுள்ளன.

பூதத்தாழ்வார் குறிப்பிடும் திருமாலின் உலகளந்த தொன்மக் கதை

1. அடி மூன்றில் இவ் உலகம் அன்று அளந்தாய் போலும்
   அடி மூன்று இரந்து அவனி கொண்டாய்... 2186
2. நீ அளந்த மாகடல் சூழ் ஞாலம்... 2190
3. எண் திசையும் பேர்த்த கரம் நான்குடையான்... 2195
4. ஒரு நாள் வான்கடந்தான் செய்த... 2199
5. வாமன் திருமருவு தாள் மருவு சென்னியரே... 2202
6. உருவாய் ஞாலம் அளந்து அடிகீழ்க் கொண்ட அவன்... 2204
7. நீ அன்று உலகு அளந்தாய் நீண்ட திருமாலே... 2211
8. வகையால் அவனி இரந்து அளந்தாய்... 2215

9. மண்கொண்டு மண்உண்டு மண் உமிழ்ந்த மாயன்... 2217

10. ஞாலம் அளந்து இடந்து உண்டு உமிழ்ந்த... 2228

11. நின்றது ஓர் பாதம் நிலம் புதைப்ப நீண்ட தோள்
சென்று அளந்தது என்பர் திசை எல்லாம்... 2242

12. திசை அளப்பான் பூ ஆர் அடி நிமிர்த்தபோது... 2252

13. தரணி நிவந்து அளப்ப நீட்டிய பொற்பாதம் 2259

14. அவன் அளந்த நீள் நிலம்... 2260

15. ------------------ இரு நிலத்தைச் சென்று
ஆங்கு அளந்த திருவடியை 2268

16. ------------- நீர் ஏற்று பண்டு ஒருகால் மாவலியை
மாணியாய்க் கொண்டிலையோ– மண் 2270

17. --------------கார்கடல் சூழ் ஞாலத்தை எல்லாம்
அளந்தான் அவன் சேவடி 2272

18. ------------------------ குறள் உருவாய்
மாவடிவில் மண்கொண்டான் மால்... 2280

பேயாழ்வார் குறிப்பிடும் திருமாலின் உலகளந்த தொன்மக் கதை

உலகளந்ததைக் குறிப்பிடும் குறிப்பிட்ட வரிகள் மட்டுமே தரப்பட்டிருப்பினும் ஓரிரு பாடல்கள் அக்கதையையே சொல்வதால் முழுவதுமாகத் தரப்பட்டுள்ளன.

நின்றுலக முண்டுமிழ்ந்து நீரேற்று மூவடியால்
அன்றுலகம் தாயோன் அடி 2285

அடிவண்ணம் தாமரை; அன்றுலகம் தாயோன் 2286

அழகன்றே அண்டம் கடத்தல் 2287

கண்ணும் கமலம் கமலமே கைத்தலமும்
மண்ணளந்த பாதமும் மற்றவையே 2290

படிவட்டத் தாமரை பண்டுலகம் நீரேற்று
அடிவட்டத் தாலளப்ப நீண்ட – முடிவட்டம்
ஆகாயம் ஊடறுத்து அண்டம்போய் நீண்டதே
மாகாயமாய் நின்ற மாற்கு. 2294

வாய்மொழிந்து வாமனனாய் மாவலிபால் மூவடிமண்
நீயன்று கொண்ட நெடுமாலே 2299

------------------------அவ்வுலகம் ஈரடியால்
பின்னளந்து கோடல் பெரிதொன்றே 2301

விரும்பி விண் மண்ணளந்த... 2304

அன்றிவ் வுலகம் அளந்த அசைவே கொல் 2315

அடியளந்த மாயன் 2317

மண்ணொடுங்கத் தானளந்த மண் 2321

மன்னு மணிமுடி நீண் டண்டம் போய் எண்டிசையும்... 2322

நீயன்றே ? நீரேற்று உலகமடி அளந்தாய் 2329

----------------------------குறளுருவாய்
முன்னிலம் கைக்கொண்டான் முயன்று 2333

-----மண்கொண்டு விண்கடந்த பைங்கழலான் 2364

சிலம்பும் செறிகழலும் சென்றிசைப்ப விண்ணாறு
அலம்பிய சேவடிபோய் அண்டம் – புலம்பியதோள்
எண்திசையும் சூழ இடம்போதா தென்கொலோ
வண் துழாய் மாலளந்த மண் ? 2371

இவ்வாறு தொடர்ந்து மூன்று ஆழ்வார்களின் சமயப்புரட்சியால் சாமானியனுக்கும் அன்று திருமாலின் பெருமைகள் எளிதாகச் சென்று சேர்ந்திருக்கவேண்டும். தொன்மக் கதைகளாக நின்ற அவை எப்பொழுது வேண்டுமானாலும் மீண்டும் புதியவற்றுடன் நிகழலாம் என்ற நம்பிக்கையையும் அங்கு நிலைநிறுத்தப்பட் டிருந்துள்ளது உண்மை.

அவ்வாறு தொடர்ந்து அம்மூன்று ஆழ்வார்களும் திருமாலின் உலகளந்த தொன்மத்தினைக் கையாண்டுள்ள நிலையில் அது மக்களின் மனதிலும் ஆளும் அரசனின் உள்ளத்திலும் பெரிதும் பதிந்திருத்தல் வேண்டும். தொல் வழிபாடு மீள் வழக்கிற்கு இயல்பாய்த் திரும்ப ஆழ்வார்களின் பங்கு அளப்பரியதாகி யிருந்தது.

மேலும், திறந்தவெளிக் கந்து என்பது கந்துடைப் பொதியில், அம்பலம், அரங்கம் எனப் பரிணாமம் அடைந்து பின், கோட்டம், கோயில் என மாற்றம் கண்டிருந்தது. இத்தலங்களுடனான இந்திய இறைவழிபாட்டு முறையானது எவ்வாறு உருவ வழிபாட்டிற்குள் நுழைந்தது என முன்பு கூறியிருந்தோம். அதற்குரிய சூழல் மலர்ந்திருந்ததைப் பற்றியும் கூறியிருந்தோம். இந்நிலையில், ஓர் இறைவனை எடுத்துக்கொண்டால் அவ் இறைவன் சார்ந்த நெடிய கதைகளுக்குரிய பல வகையான தோற்ற உருவங்களில் எதையெதனைக் காட்சிபடுத்தலாம் என்கிற ஒரு பெரும் விவாதம் அன்று நடந்திருக்கவேண்டும். இத்தகையசூழலில் ஆழ்வார்களின் அல்லது நாயன்மார்களின் சமயப்பணிகளை ஆளும் அரசன் கவனித்துக் கொண்டிருந்திருப்பான். அவர்களால் பாடப்பெற்றிருந்த பக்தி இலக்கியங்களின் கருப்பொருள்,

காட்சிப்பொருள் போன்றவை அவனால் பரிசீலிக்கப்பட்டிருக்கும். பரிசீலிப்பின்போது அவற்றுள், மிகப் பரிச்சயமாகியிருந்த கதைப் பின்னணிகளுக்கு உரிய உருவஅமைதிகள் எவை எவை என ஒரு பட்டியல் இயற்றப்பட்டிருக்கலாம். அதிலிருந்து மற்றுமொரு சிறப்புத் தெரிவுப்பட்டியலானது சில முதன்மை உருவங்களுடன் வடிகட்டப்பட்டு ஆயத்தம் பெற்றிருக்கலாம். ஆக, வைணவத்தைப் பொறுத்தவரை விஷ்ணுவின் உலகளந்தான் உருவம் அச் சிறப்புத் தெரிவுப் பட்டியலில் இடம்பெற்றிருந்திருக்கக்கூடும். அவ்வுருவம் அவ்வாறு முதன்மை பெற ஆழ்வார்கள் தம் பாடல்களில் உலகளந்த கதையை அதிகம் முன்னிலைப்படுத்திப் பாடியிருப்பது குறிப்பிடத்தக்கது. இதனை மேலே வழங்கப்பட்டுள்ள அவர்களின் பாடல்கள் மெய்ப்பிக்கின்றன.

பொய்கையாழ்வாரில் கிடைக்கும் வரலாற்றுத்தரவுகள்

அமர்ந்த நிலை திருமாலின் சிற்பத்தினை அறிமுகப்படுத்தியவன் பல்லவ வேந்தன் இராஜசிம்மன் ஆவான். அமர்ந்த கோல அமைதியுடனான சிற்பம் பொய்கை ஆழ்வாரின் இறுதிக்காலம் வரைப் படைக்கப்படவில்லை என உறுதி பெறலாம். ஏனெனில், அவரின் முதலாம் திருவந்தாதியில் 77ஆவது பாடல் இவ் அரிய தரவினைத் தக்கவைத்துள்ளது. பாடல் பின்வருமாறு:

வேங்கடமும் விண்ணகரும் வெஃகாவும் அஃகாத
பூங்கிடங்கில் நீள்**கோவல்** பொன்னகரும் – நான்கிடத்தும்
நின்றான் இருந்தான் கிடந்தான் நடந்தானே
என்றால் கெடுமாம் இடர்.   முதல் திருவந்தாதி – 77

இப்பாடலின் பொருள் உணர்வோமாயின் ஓர் உண்மை புரியவரும். அது என்னவெனின், ஆழ்வார்களில் மூத்தவரான பொய்கையார் இப்பாடலில் நான்கு பழங்கோயில்களைக் குறிப்பிடுகிறார். அவற்றில் முறையே நின்ற, அமர்ந்த, கிடந்த, நடந்த கோலங்களில் காட்சியளிப்பதாகக் கூறுகிறார். அவ்வகை யில், அவர் குறிப்பிடுகிற கோயில்களாக 'வேங்கடம்' எனும் திருப்பதியில் நின்ற நிலையிலும், 'விண்ணகர்' என்கிற தலத்தில் அமர்ந்த நிலையிலும் காஞ்சிபுரத்தின் 'திருவெஃகாவில்' கிடந்த கோலத்திலும் 'கோவல்' எனும் திருக்கோவிலூரில் நடந்த கோலத்திலும் உறைபவனாக பெருமாள் இயல்புறுகிறான். இதை எடுத்துச்சொன்னாலே போதும், ஏற்பட்டிருக்கும் துன்பங்கள் எல்லாம் விலகும் என்பதாகப் பாடியுள்ளார். இவற்றில் குறிப்பிடப்பட்டிருக்கும் ஊர்களில் விண்ணகர் மட்டும் எங்கு உள்ளது என்று தெரியவில்லை என முந்தைய எழுத்தாளர்கள் குறிப்பிட்டுள்ளனர்.

மேலும், விண்ணகர் அல்லது விண்ணகரம் என்று வழங்கப் படுகிற பெருமாள் கோயில்கள் தமிழகத்தில் மொத்தம் ஆறு உள்ளன. அவை: 1. திருவிண்ணகர் (ஒப்பிலியப்பன் கோயில்) 2. காழிச்சீராம விண்ணகரம் (சீர்காழி) 3. நந்திபுர விண்ணகரம் (நாதன்கோயில்) 4. திரு அரிமேய விண்ணகரம் (திருநாங்கூர்) 5. திருவைகுந்த விண்ணகரம் 6. திருப்பரமேஸ்வர விண்ணகரம் (வைகுந்தப்பெருமாள் கோயில், காஞ்சிபுரம்) என்பனவாகும். குறிப்பிடப்பட்டுள்ள இவ் ஆறு கோயில்களும் பொய்கை ஆழ்வாரின் காலத்தில் எழுப்பப்படவில்லை. எனினும், இவை திருமங்கை ஆழ்வாரின் காலத்தில் வழிபாட்டில் இருந்துள்ளன. திருமங்கைக்கு முன்பாகவோ அவரின் உடன்காலத்திலோ இவை கட்டப்பட்டிருந்திருக்க வேண்டும். திருமங்கை ஆழ்வார் இவ் ஆறு கோயில்களுக்கும் சென்று வழிபட்டவராய் மங்களாசாசனம் செய்துள்ள நிலையில் அவற்றின் மீது ஒன்றுக்கும் மேற்பட்ட பாடல்களைப் பாடியுள்ளது குறிப்பிடத்தக்கது. ஆக, பொய்கை ஆழ்வார் இருந்த கோலத்திற்கான (seated) கோயில்கள் தம் காலத்தில் இல்லை என்பதற்கிணங்க அதற்குப் பதிலாக மேலுலக மான வைகுந்தத்தில் வீற்றிருக்கும் வைகுந்த வாசனையே குறிப்பிட்டு ஈடு செய்துள்ளார் என்பதே சரியான புரிதலாகும். என்றால், விண்ணகர் என்பது விண்ணிலுள்ள வைகுந்தம் என்றும் அங்கு அவன் அமர்ந்த நிலையில் காட்சிதருகிறான் எனவும் பொய்கை பாடியுள்ளார் என்பதாகும்.

பூதத்தாழ்வாரின் ஏக்கம் நிறைவேறியமை

பூதத்தாழ்வாரின் சமகாலத்தவனான பல்லவப்பெருவேந்தன் இராஜசிம்மன் கோயில்கள் எழுப்புவதில் தீவிர வேட்கை கொண்டிருந்தவன். அவன் பூண்டிருந்த பட்டப்பெயர்கள் இதனைச் சான்றுரைக்கும். சிவனெறியோனாயினும் திருமாலின் மீது அளவற்ற பற்று வைத்திருந்தான். 'ஸ்ரீபதி வல்லபன்' என்ற அவனின் ஒரு சிறப்புப்பெயர் இதனை உறுதிபடுத்தும்.[25] தம் தொடக்கக் கோயிலான கடற்கரைக்கோயிலில் ஹிரண்யவதக் காட்சிகளை ஒரே திசையின் சுவற்றில் இருமுறை அழகியல் இருப்புடன் உருவகமாகச் செதுக்கியுள்ளான். (அவ்வாறு இருமுறை ஒரே சுவற்றில் செதுக்கியிருப்பதை முதன் முதலாகக் கண்டுணர்ந்துள்ளது நமது முந்தைய ஆய்வு ஒன்று) இத்தனைக்கும் அது சிவன்கோயில் என்பது குறிப்பிடத்தக்கது. அதுமட்டுமன்றி, முன்பின்னான சிவன் கோயில்களினிடையே பாறையின் மீது செதுக்கப்பட்டிருக்கும் பழம்பெரும் சிற்பமான பள்ளிகொண்டபெருமாளை மையமாகப் பாவித்து அவ் இரு சிவன் கோயில்களை எழுப்பி அதனை ஒரு வளாகக் கோயிலாக

மாற்றிவைத்தவன் அவனே. இதுதவிர, அதே கடற்கரைக் கோயில் வளாகத்தின் வடபுறத்தில் அமைக்கப்பட்டிருக்கும் படிக்கட்டுக்களுடனான சிறிய குளத்தில் மையமாக அமைக்கப் பட்டிருக்கும் ஒரு சிறிய சிவன் கோயிலைச் சார்ந்ததாய், ஒரு பன்றியின் சிற்பம் செதுக்கப்பட்டிருப்பதைக் காணலாம்.[26] அது நிலத்தினை அகழும் தோற்றத்துடன் அமைக்கப்பட்டதாகும். அதில் பொறிக்கப்பட்டிருக்கும் கல்வெட்டில் இராஜசிம்மனின் பெயர் இருப்பது குறிப்பிடத்தக்கது. எனவே அவ்வாறு விஷ்ணுவின் மீதும் பக்தி கொண்டவனாக இருந்தமையால்தான் தம்மை அரசர்களில் அரியாகப் (விஷ்ணு) பாவித்து இராஜசிம்மன் என்று தமக்குப் பெயரிட்டுக்கொண்டனன் போலும்.

இராஜசிம்மன் விஷ்ணுவின் கிடந்த, நின்ற, நடந்த கோலத்தினை மட்டுமே பார்த்தவன் ஆவான். என்றால், அமர்ந்த நிலை விஷ்ணுவின் சிற்பத்தினை மூலவராகக் கொண்ட கோயில்கள் அப்போது இல்லை என்பதாகும். இதனால், ஆழ்வாரின் பாடலில் பொதிந்துகிடந்த, இருந்த கோலத்திற்கான ஏக்கத்தினை தம்முடைய ஏக்கமாகவே பாவித்து பரிசீலித்து இருப்பான் போலும். இதற்குரிய சூழலமைவும் ஒருகட்டத்தில் ஒத்திசைய, அப்போது அவன் எட்டியிருந்த பெரும்பேரரசன் எனும் அதி உயர்ந்த சிறப்பு நிலை வீற்றத்தினை வைகுந்தவாசனுடன் ஒப்பிட்டு, குறியீட்டு உருவகமாக அமைத்துவைத்தான். அவ்வாறு இருந்த கோலத்துடனான விஸ்வரூபச் சிற்பத்துடன் அவன் அமைத்துவைத்த கோயிலே பாடகம் எனும் திருப்பாடகத்தின் கோயிலாகும்.

பூதத்தாழ்வாரில் கிடைக்கும் வரலாற்றுத்தரவுகள்

திருவேங்கடத்திலும் திருமாலிருஞ்சோலை எனும் அழகர் கோயிலிலும் பெருமாள் நின்ற கோலத்தில் வெகு முன்பிருந்தே வழிபடப்பட்டுவந்துள்ளார். இதனை மெய்ப்படுத்தும் பூதத்தாழ்வாரின் பாடல் ஒன்று, இன்னும் பிற பழங்கோயில் களையும் நிரலிடுவதைக் காணலாம். பாடல் பின்வருமாறு:

> பயின்றது அரங்கம், திருக்கோட்டி; பல் நாள்
> பயின்றதுவும் வேங்கடமே; பல் நாள் பயின்றது
> அணிதிகழும் சோலை அணி நீர் மலையே –
> மணி திகழும் வண் தடக்கை மால். (2227)

இப்பாடலில், மேற்சொன்னதிற்கு இணங்கப் பழம்பெரும் கோயில்கள் இவையிவை என வரிசைப்படுத்துகிற நிலையில், முதலாவதாகத் திருவரங்கத்தினைக் கூறி அதனுடன் திருக்கோட்டியூர் கோயிலைக் கூறுகிறார். இவற்றினைப்போலவே

மற்றுமொரு பழம்பெரும்கோயிலாகத் திருவேங்கடத்தினைக் கூறுகிறார். அடுத்ததாக அணிதிகழும் சோலை எனக் குறிப்பிடுவது அழகர்கோயிலாகும். பின்னர் நீர்மலை எனும் திருநீர்மலையைக் குறிப்பிடுகிறார். என்றால், தம் சமகாலத்தில் இருந்த பழம்பெரும் கோயில்களாக அவற்றினை ஆவணம் செய்துள்ள நிலையில், ஏன் திருவெஃகாவினைக் குறிப்பிடவில்லை என்கிற கேள்வி எழும். கேள்வி நியாயமானதுதான். எனினும், குறிப்பிட்ட அப்பாடலை அவர் பாடுகிற நிலையில் அப்போது அவர் திருவெஃகாவின் கோயிலில் இருந்துள்ளார் என்று பொருள்கொள்ள வேண்டும். அவர் பிறந்த ஊரும் மாமல்லபுரம் என்பது குறிப்பிடத்தக்கது. ஆதலால்தான் அதனைக் கணக்கில் எடுத்துக்கொள்ளவில்லை. என்றால், அவரைப் பொருத்தவரை அது தம் தலைநகரின் கோவில் தவிர்த்த, பிற பழம்பெரும் கோயில்களின் வரிசைப்பட்டியல் என்பதாகும். இதுவன்றி, 'அணிதிகழும் சோலை அணி நீர்மலை' என்பதனை ஒரே பொருளில் திருநீர்மலையைக் குறித்து சொல்லப்பட்டதாகப் புரிந்துகொண்ட பிற ஆசிரியர்கள் அழகர் கோயிலை விட்டுவிடுவர்.

வட இந்தியாவில் குப்தர்கள், பல்லவர்க்கு முன்பாகவே பல இறையுருவங்களை அவற்றின் தொன்மப்பின்னணிக்கு இணங்க விமரிசையாகக் காட்சிப்படுத்தியிருந்தனர். 'தசாவதாரக்கோயில்' என்று வழங்கப்படும் உத்தரப்பிரதேசத்தின் தியோகர் (Deogarh) கோயில், விஷ்ணுவின் சில சிறப்புச் சிற்பங்களை உள்ளடக்கிய அருங்காட்சியகமாகச் சிறப்புறுகிறது. அக்கோயிலில் முகப்பின் நுழைவு தவிர்த்து பிற மூன்று திசைகளிலும் முறையே அனந்தசயனம் தென்திசைச் சுவற்றிலும், கஜேந்திரமோட்சம் வடக்கிலும், பின்பக்கக் கிழக்குச்சுவற்றில் நர–நாராயணன் என்கிற சிற்பமும் இறைக்கோட்டச் சிற்பங்களாகக் காட்சிப்படுத்தப் பட்டுள்ளன. என்றால், இது மேற்கு நோக்கிய கோயிலாகும். இவைதவிர, இக்கோட்டங்களின் இருபுறத்தில் அணிசெய்யும் அரைத்தூண்களில் குறுஞ்சிற்பங்களாக இன்னும் பிறச் சிற்பங்கள் செதுக்கப்பட்டுள்ளன. எனினும், திரிவிக்கிரம கோலத்தின் சிற்பமோ நரசிம்மரின் சிற்பமோ அங்குக் காணப்படவில்லை. குறிப்பாகத் திரிவிக்கிரமனின் சிற்பம் குறுஞ்சிற்பமாகக் கூட அங்கு இடம்பெறவில்லை.

ஆயினும், கருவறை நுழைவாயிலின் கதவுச் சட்டகத்தின் (door jamb) தலைப்பகுதியில், மையமாகச் செதுக்கப்பட்டுள்ள மாடத்தில் அமர்ந்த நிலையிலான விஷ்ணு தோற்றப்படுத்தப் பட்டுள்ளார். இது குறுஞ்சிற்பம். இச்சிற்பத்தில் விஷ்ணு, ஆதிசேட ஆசனத்தின் மீது அமர்ந்த நிலையில் நான்கு

கரங்களுடன் வடிவமைக்கப்பட்டுள்ளார். இடதுகாலை மடக்கி ஆசனத்தின்மீது இருத்திய நிலையில், வலதுகாலைத் தொங்கவிட்டவராய் காணப்படுகிறார். தொங்கவிடப்பட்ட அவ் வலதுகால் ஏதொரு குறும்பீடத்தின் மீதும் இருத்தப்படவில்லை; மாறாக, அதனைத் தாங்கிப் பிடிப்பவராகப் பத்மாசனத்தில் அமர்ந்துள்ள மகாலட்சுமியைக் காணலாம். மேலும், விஷ்ணுவின் வலது புறத்தில் நரசிம்மரின் உருவம் நின்ற நிலையில், பெரிதுயர்ந்து அமர்ந்திருக்கும் மகா விஷ்ணுவை வணங்குவதாகக் காட்சிபடுத்தப்பட்டுள்ளது. இடதுபுறத்தில் வணக்கமுத்திரையுடன் (அஞ்சலி ஹஸ்தத்துடன்) வாமன அவதார உருவம் இடம்பெற்றுள்ளது. வணக்கமுத்திரையுடனான இவ்விரு உருவங்களும் குறுஞ்சிற்பத்திலும் குறுஞ்சிற்பமாக மிகச்சிறியதாக அமைந்தவை. (பார்க்க: நிழற்படம் – எண்: 3). என்றால், இச்சிற்பத்தில் விஷ்ணு விஸ்வரூபியாக வீற்றிருக்கிறார் என்பதாகும். அதுமட்டுமன்றி, அச்சிற்பம் அமர்ந்த நிலைக்கான பிரதான சிற்பமாக அமையாமல் குறுஞ்சிற்பமாகவே கையாளப்பட்டுள்ளமை குறிப்பிடத்தக்கது. என்றால், விஷ்ணுவின் அமர்ந்த நிலை சிற்பத்தினைக் கருவறையின் மூலவராக அறிமுகம் செய்துவைக்கப்பட்ட கோயிலாகப் பாடகத்தின் கோயில் முதன்மை பெறுகிறது. அல்லது சான்றுகளின் அடிப்படையில் இதுவே முதலாம்கோயில் ஆகலாம். இங்குத் திரிவிக்கிரமனின் உருவம் தோற்றம் பெறவில்லை என்பது குறிப்பிடத்தக்கது.

எனினும், நாம் இங்கு ஒரு கருதுகோளினைத் தியோகரின் கோயில் சார்ந்து முன்வைக்க விழைகிறோம். அது என்னவென்றால், மேற்சொல்லப்பட்டுள்ள கதவப் பட்டிகையின் 'நுதலுரு' (நுதலுரு எனும் தமிழ்ச்சொல்லைச் சமஸ்கிருதத்தில் 'லலாட பிம்பம்' என்பர்) என்கிற தலைப்புச்சிற்பமாக இடம்பெற்றிருக்கும் அமர்ந்த நிலை விஷ்ணுவின் சிற்பமானது அக்கோயிலின் கருவறையில் இருத்தப்பட்டிருந்த மூலவர் சிற்பத்தின் குறுவடிவ மாதிரியாக ஏன் இருக்கக்கூடாது என்பதாகும். என்றால், நிச்சயம் அனந்தசயன மூர்த்தி அங்கு மூலவராக இருக்க வாய்ப்பில்லை. ஏனெனில், அனந்தசயனச் சிற்பத்தினைச் சிறப்புச் சிற்பமாகத் தேவக்கோட்டத்தில் அங்கு அமைத்துவைத்துள்ளனர். இதனால், நமது கோணத்தின்படி, அங்கு அமர்ந்த கோலச்சிற்பமே மூலவர் சிற்பமாக இருந்திருக்க வாய்ப்புண்டு. ஆக, இதனின் ஈர்ப்பின் அடிப்படையிலும் கூட, ராஜசிம்மன் தமது பாடகத்தின் கோயிலை வடிவமைத்திருக்கலாம்.

இத்தகைய அடிப்படையின்படி தியோகர் கோயிலுக்குரிய அதே தொன்மப் பின்னணியைத்தான் பாடகத்தின் கோயிலைப் புதியதாகக் கட்டும்போது அடிப்படை விளக்கமாக ஒருவகை

யில் சொல்லப்பட்டிருந்திருக்கக் கூடும். எனினும், பின்னர் காலப்போக்கில் திரிபுற்று, ஜனமேஜயனுக்காக விஸ்வரூபம் காட்டிய அத்தொன்ம நிகழ்வு இங்கு நடந்தது போலவே சொல்லப்பட்டிருத்தல் வேண்டும். நாம் நினைப்பது ஒருவேளை சரியாக இருக்கும்பட்சத்தில், காலமாற்றத்தில் ஏற்பட்ட கருத்துச்சிதைவாக அத் தொன்மப்பின்னணியை இப்போது புரிந்துகொள்ளலாம். என்றால், முன் கூறியவாறு தியோகரின் தசாவதாரக் கோயிலும் முன்பு விஸ்வரூபத்துடனான மூலவர் சிற்பத்தினைப் பெற்றிருந்த கோயிலாகும். எனினும், விஸ்வரூபத்தினை உயரம் கூட்டிப் பெரிதாக்கிக் காட்டாமல் உடன் இடம்பெறுகிற தொடர்புடைய பிற உருவங்களை மிகச் சிறிதுபடுத்திக் காண்பிக்கும் நிலையில் வழக்கமான பிரதான இறையுருவத்தை விஸ்வரூபம் என உடன்படவைப்பதாகும். இவ்வாறு நுட்பமாகப் புரிந்துணரவேண்டியுள்ளது. என்றால், காண்போருக்கும் சிற்பத்தின் காட்சி அமைவிற்கும் இடையேயான புரிந்துணர்வு ஒப்பந்தம் அங்குப் பயிற்சிக்கப்பட்டிருந்துள்ளது எனலாம். அத்தகைய நுகர்வு உளவியலைச் சமூகம் அன்று பெற்றிருந்துள்ளது என்பதாகும். திருக்குறளின் பொழிப்புரை வேண்டி நிற்காத அதன் அன்றைய சமகால மக்களைப் போன்று.

ஆக, தொடக்கக் காலத்தில் அவ்வாறு விஸ்வரூபச் சிற்பத்தினைக் காட்சிபடுத்துதலில் இடவமைதி பொறுத்தும் உடன் பங்குபெறும் உருவங்களைப் பொறுத்தும் மிக எளிதாகக் கையாண்டிருந்தனர் எனப் புரிந்துகொள்ளலாம். ஆயினும், இது புடைப்புச்சிற்பங்களுக்குப் பொருந்துபவை. கருவறையில் மூலவர் சிற்பம் தனித்தே நிறுவப்பட்டிருக்கும் என்ற நிலையில் அது அன்றைய சராசரி உயரத்தைவிடக் கூடுதல் உயரத்தினைப் பெற்று விஸ்வரூபமாக வியப்பினை ஏற்படுத்தியிருக்கக்கூடும்.

அன்றைய காலகட்டத்தில், நாடுகள் வெவ்வேறாயினும் இவ்விரு கோயில்களும் விஷ்ணு கோயில்களின் வரிசையிலொரு சீரொழுங்கில் இணைந்தவையாகவே மதிப்பிடப்பட்டிருக்கும். ஆதலால் அவற்றின் இட அமைவினை ஒப்பிடும் விதத்தில் விளக்கப்படம் ஒன்றும் தரப்பட்டுள்ளது. (பார்க்க: நிழற்படம் – எண்: 24)

மேலே, பூதத்தாழ்வாரின் பாடல்களில் கிடக்கும் வரலாற்றுச் செய்திகளைக் கண்டோம். பின்னர் தியோகர் கோயிலின் ‘முன்மாதிரித்துவம்’ *(antecedency)* பற்றிப் புதிய கருதுகோளுடன் விவாதித்திருந்தோம். இனி மற்றுமோர் ஆழ்வாரின் பாடல்களில் கிடக்கும் வரலாற்றுச்செய்திகளைப் பார்ப்போம்.

திருமங்கை ஆழ்வாரில் வரலாற்றுத்தரவுகள்

திருமங்கை ஆழ்வார் திருநீர்மலையின் மீது பத்து பதிகங்களைப் பாடியுள்ளார். அவற்றுள் முதலாம் பாடலும் இரண்டாம் பாடலும் அரிய பரிமாற்றச் செய்திகளைத் தக்கவைத்துள்ளன. அப்பாடல்கள், பொதுவான ஒரு கருத்தினைச் சொல்வதாயினும் அவை குறிப்புணர்த்தும் ஆழ்பொருள் வரலாற்றுச் செய்தியாக இருப்பது காண்க.

முதலாம் பாடலில் கண்ணனின் சிறப்பியல்புகளைக் கூறி, பின் அவன் உறையும் இடங்களாக நான்கு தலங்களை வரிசைப் படுத்துகிறார். அவை நறையூர், திருவாலி, குடந்தை, கோவல்நகர் எனும் திருக்கோவிலூர் ஆகும். பின்பு கடைசி இரண்டு வரிகளில் பெருமாளின் கோலங்களைக் கூறி அவற்றிற்குரிய இடம் எதுவென்றால் மாமலையான திருநீர்மலை என வரையறை செய்கிறார். இனி இப்புரிதலுடன் பாடலை நோக்கினால் இன்னும் சிறப்புறப் பயன்பெறலாம். பாடல் பின்வருமாறு:

அன்று ஆயர் குலக்கொடியோடு அணி மாமலர்
    மங்கையொடு அன்பு அளாவி, அவுணர்க்கு
என்றானும் இரக்கம் இலாதவனுக்கு
    உறையும் இடம் ஆவது – இரும் பொழில் சூழ்
நன்று ஆய புனல் நறையூர் திருவாலி
    குடந்தை தடம் திகழ் கோவல் நகர்;
நின்றான் இருந்தான் கிடந்தான் நடந்தாற்கு
    இடம் மா மலை ஆவது – நீர்மலையே – 1078

இப்பாடல் புனைவில் நிகழ்த்தப்பட்டிருக்கும் சிறு நுட்பம் சுவாரசியமானது. நான்கு கோயில்களை ஒரே மூச்சில் சொல்லும் இப்பாடல் முடிக்கும்போது மற்றுமொரு கோயிலை இந்நான்கிற்கும் ஈடானதொன்றாக ஆற்றுப்படுத்துகிறது. என்றால், முதல் நான்கு கோயிலைக் குறிப்பிடும் திருமங்கையார் அவற்றினை ஓர் ஒழுங்கு வரிசையில் சீர்படுத்த முயற்சிக்கிறார். இறைவனின் தோற்ற அமைதியின் அடிப்படையிலான ஒரு நிரலிடல் அது. கிடந்தான், இருந்தான், நின்றான், நடந்தான் என்ற வரிசையின்படியான கோயில்களை அடுக்குகிறார். என்றால், நறையூரில் கிடந்த கோலத்திலும் திருவாலியில் இருந்த கோலத்திலும் குடந்தையில் கிடந்து–எழுந்த (உத்தனசாயி அல்லது உத்யோகசயன) கோலத்திலும் திருக்கோயிலூரில் நின்ற–நடந்த கோலத்திலும் என அணிபெறச் செய்திருப்பது இப்பாடலின் சிறப்பு. சரி, இதில் என்ன பெரிதாக இருக்கிறது? ஆகச்சிறந்த சீர்மரபின் நிரலாக அந்நான்கு கோயில்களும் இல்லையே. நின்ற,

நடந்த கோலத்திற்குத் திருக்கோவிலூரின் நடந்த கோலமே ஈடுசெய்யப்பட்டுள்ளது. இது தவிர குடந்தை சாரங்கபாணி கோயிலின் திருமாலானவர் அரிதான கோலத்துடன், துயிலிலிருந்து சற்று கிடந்தாற்போன்றே நிமிர்ந்து அமர்ந்தவாறான தோற்றம். இவ்வாறிருக்க, இதிலென்ன ஓர் ஒழுங்கினைக் கண்டுவிட்டார் என எண்ணத்தோன்றுவது இயல்பே. ஏனெனில், இவை அந்நான்கு கோலத்திற்கான கோயில்கள்தாம் எனினும் கிடந்த, இருந்த, நின்ற, நடந்த என்ற துல்லியமான ஒரு சீர்மரபின் கீழ் அமையாத கோலத்துடனானவை. மட்டுமன்றி, அந்நான்கு கோயில்களும் தொடர்பில்லாமல் பிற எங்கெங்கோ அமைந்து கிடப்பவையாய் உள்ளன. அவ்வாறு உதிரிகளாய்ச் சிதறிக் கிடக்கும் நிலை போலன்றி அந்நான்கு கோலத்தினையும் சரியான நிரல்வரிசையில் ஒரே இடத்தில் கண்டு தொழுதிட, உகந்த இடம் திருநீர்மலையே என ஆற்றுபடுத்துகிற தன்மையில் அறிமுகம் செய்திருப்பதே இப்பாடலின் தனிச்சிறப்பாகும்.

இதுதவிர, அடுத்த இரண்டாவது பாடலையும் இங்குக் குறிப்பிட்டாக வேண்டியுள்ளது. 'காண்டாவனம்' எனத் தொடங்கும் எட்டு வரிகளைக்கொண்ட அப்பாடலின் கீழ் நான்கு வரிகள் தரப்பட்டுள்ளன. பாடல் பின்வருமாறு:

> ஆண்டான் அவுணன் அவன் மார்வகலம்
> உகிரால் வகிர் ஆக முனிந்து, அரியாய்
> நீண்டான் குறள் ஆகி நிமிர்ந்தவனுக்கு
> இடம் மாமலை ஆவது – நீர்மலையே! (1079)

இப்பாடலில் மேலுள்ள இரு வரிகளில் ஹிரண்யகசிபுவின் வயிற்றைத் தம் கூரிய நகங்களால் கிழித்த நரசிம்மர் குறிப்பிடப்படு கிறார். கீழுள்ள இருவரிகளில் குறு வடிவத்தில் வேதியனாய் வந்து நீண்டு நிமிர்ந்த உலகளந்தானைக் குறிப்பிடுகிற நிலையில் இவ்விரு இறைவர்கட்கும் இடமாக அல்லது கோயிலாக விளங்குவது (திரு)நீர்மலையே என்று குறிப்பிடப்பட்டுள்ளது. ஆக, மேற்குறிப்பிடப்பட்ட முதலாம் பாடலில் திருமாலின் அந்நான்கு கோலத்தினையும் ஒருசேரக் காணும் வாய்ப்பினைத் திருநீர்மலை வழங்குகிறது என்ற பொருளில்தான் அவர் பாடியுள்ளார். இதனால், முதலாம் பாடலின் மீதான நமது புரிதல் மிகச் சரியானதே என்பது இவ் இரண்டாம் பாடலால் தெளிவாகிறது.

எனினும், திருநீர் மலையில் திருமாலின் இருந்த அமைதிக்குரிய கோயில் எது எனச் சந்தேகம் எழும். இக்குழப்பத்தினைத் தவிர்த்திடத்தான் அவர் மேற் தரப்பட்டுள்ள பாடலில் நரசிம்ம அவதாரத்தினைக் குறிப்பிடுகிறார். ஆம்! திருநீர்மலையில் அமர்ந்த கோலத்தில் வீற்றிருப்பது நரசிம்மரே. மலை அடிவாரத்தில் நின்ற

கோலத்தில் திருமால் கோயில் கொண்டுள்ளார். என்றால், கிடந்த, இருந்த, நடந்த இம்மூன்று அமைதிக்குரிய கோயில்கள் மலை உச்சியிலும் நின்ற கோலத்திற்குரிய கோயில் மலையின் அடிவாரத்திலும் எனத் திருநீர்மலை தனித்த சிறப்புடையது என்பதே அவர் கூறவந்த செய்தி.

மட்டுமன்றி, திருமங்கை ஆழ்வார் திருநீர்மலையின் மீது பாடிய பத்துப் பதிகங்களில் கடைசி ஒன்றினைத் தவிர பிற அனைத்துப் பாடல்களிலும் "இடம் மாமலையாவது திருநீர்மலையே" என்றே முடித்திருக்கிறார். என்றால், இடம் மாமலையாவது நீர்மலையே என்பதற்கான சரியான பொருள் இன்னமும் புரிந்துகொள்ளாமல் விடப்பட்டுள்ளதாகவே தெரிகிறது. ஒவ்வொரு பாடலிலும் திருமாலின் பெருமைகளைக் கூறிவருகிற அவர் அத்தகைய இறைவன் உறையும் இடம் மாமலையான திருநீர்மலையே என வலியுறுத்துகிறார் என்பதாகத்தான் அதனை முதற்கண் புரிந்துகொள்ள முடிகிறது. ஆனால் மிகத் தெளிவாக அவர் திருமால் உறையும் இடம் சார்ந்த தலங்களானாலும் சரி, மலைசார்ந்த தலங்களானாலும் சரி அவ்விரண்டையும் உள்ளடக்கியதாய்த் திருநீர்மலை தம் அடிவாரத்திலும் தம் உச்சியிலும் கோயில்களைப் பெற்றுள்ளது என அவ் அரிய சிறப்பினை மேற்கோளிடுவதாகவே அவர் பாடியுள்ளமையை இவ் ஆய்வு புரிந்துகொள்ளச்செய்கிறது. அஃதோர் ஆவணச் செய்தியும் கூட.

எனினும் இதனை நாலாயிர திவ்யப் பிரபந்தத்திற்கு உரை எழுதிய பெரியவாச்சான் பிள்ளை எவ்வாறு பொருள் கொண்டுள்ளார் என்று பார்க்கலாம். அவ்வகையில் மேற்தரப் பட்டுள்ள முதலாம் பாடலை (1078) எடுத்துக்கொள்வோம். அவரின் பதவுரையாக இடம் மாமலையவது நீர்மலையே என்பதற்கு; "நித்யவாஸம் பண்ணும் ஸ்தானமாவது ஸ்லாக்கியமான மலையான திருநீர் மலையாம்" என அமைகிறது. எனினும், இதற்கு அவர் வியாக்யானம் கூறுகையில்; "உகந்தருளின நிலங்களெங்கும் பண்ணக்கடவ விருப்பத்தைப் பண்ணிக்கொண்டுவந்து ஸந்நிஹிதனான தேசம் திருநீர்மலை" என்கிறார். மேலும், அவ் எண்சீர் விருத்தத்தின் ஈற்றடியானது "நின்றான் இருந்தான் கிடந்தான் நடந்தாற்கு இடம் மாமலை யாவது நீர்மலையே" என வருவதை அவர், "இடம் ஆவது மாமலை நீர்மலை" என இலகுவாக மாற்றிக்கொண்டுள்ளார். மட்டுமன்றி சிறிய குன்றான திருநீர்மலையை மாமலை என விசேஷித்துத் திருமங்கையார் கூறுவதென்பது இறைவன் அங்கு நான்கு கோலத்தினையும் ஒரே இடத்தில் காண்பித்தருளி நிற்பதால் என்றும் வியாக்யானம்

செய்துள்ளார். இதனால் பெரியவாச்சான் பிள்ளை கிட்டத்தட்ட திருமங்கையின் பொருளை எட்டிப்பிடித்துள்ளார் என்றே தெரிகிறது.

எனினும், திருநறையூரில் நின்றவனும் திருவாலியில் அமர்ந்தவனும் திருக்குடந்தையில் கிடந்தவனும் திருக்கோவலூரில் நடந்தவனுமான திருமாலுக்கு நிலத்திலெழுப்பப்பட்டிருக்கும் கோயில்களில் சிறந்ததுவும் மலையில் அமைந்துள்ள கோயிலில் சிறந்ததுவுமாக நீர்மலையே விளங்குகிறது. ஆதலால்தான் சிறு குன்றாகவே நீர்மலை இருப்பினும் கூட இத்தகையச் சிறப்பம்சங்களால் திருநீர்மலையை 'மாமலை' எனத் திருமங்கை சுட்டுகிறார் என இவ் ஆய்வின் புரிதல் அமைகிறது.

திருமங்கை ஆழ்வாருக்கும் முந்தைய ஆழ்வாரான பூதத்தாழ்வார் திருநீர்மலையைப் பாடியுள்ள நிலையில் அதனைப் பழம்பெரும் கோயில்களின் வரிசையில் வைத்துள்ளது குறிப்பிடத் தக்கது. எனினும், எவ்வுருவத்தினையும் அவர் குறிப்பிட்டுப் பாடவில்லை.

இவ்வாறு கந்துவைப் புள்ளியாகக் கொண்டு நிகழ்ந்த பரிமாற்றங்களின் மீதான புரிதல்களுக்கிடையே ஆழ்வார்களில் வெகு மூத்தவரான பொய்கை ஆழ்வார், உருவ வழிபாட்டின் மரபில் நிகழ்ந்த ஒரு வரலாற்று உண்மையைத் தம் பாடல் ஒன்றில் தக்கவைத்திருப்பதனை இவ்வாய்வு உற்று நோக்கியுள்ளது. பாடல் பின்வருமாறு:

உருவ வழிபாட்டினில் நுழைந்த உலகளந்தபெருமாளின் வடிவம்

அவர்அவர் தாம்தாம் அறிந்தவாறு ஏத்தி
இவர்இவர் எம்பெருமான் என்று, சுவர்மிசைச்
சார்த்தியும் வைத்தும் தொழுவர்; உலகுஅளந்த
மூர்த்தி உருவே முதல். 2095

இப்பாடலின் மூலம் அன்றிருந்த ஒரு வழக்கத்தினைப் பொய்கை ஆழ்வார் பதிவு செய்திருப்பது குறிப்பிடத்தக்கது. அது எவர் ஒருவரும் தமக்குத் தெரிந்தவாறு இறைவனைப் போற்றி வணங்கும் மரபில், இந்த இந்தக் கடவுள் தான் எங்களது கடவுள் என அக்கடவுளர்க்குரிய உருவங்களைச் சுவரின் மீது சார்த்தியோ வைத்தோ வணங்குவர் என்பதாகும். சுவரின் மீது சார்த்தி என்றால் சுவற்றில் வரைதல் அல்லது பிறிதொன்றில் வரைந்த படத்தைச் சுவரில் சார்த்திவைத்து வழிபடுதல் என்று பொருள். ஆக, இது இல்லங்களில் வழிபடும் ஒரு வழக்கத்தைக் கூறுவதைக் காணலாம். என்றால் கோயிலோ இல்லமோ எவையாயினும்

அவற்றில் வைத்து வழிபட முதன்முதலாக உருவத்தில் காட்சிபடுத்தப்பட்ட இறை உருவம் உலகளந்தபெருமாளே ஆகும்.

இன்னும் சொல்லப்போனால் பொதுமக்களும் கடவுளின் உருவத்தை தம் வீட்டின் சுவற்றில் வரைந்து வைத்து வழிபடுவர் என்பதாகும். படிம மரபு தொடங்கப்பட்டிருந்த நிலையில், அது வெகுமக்களுக்கும் பரவியிருந்துள்ளது. இதனால், மக்கள் தமக்கு வரையத் தெரிந்த அளவில் அப்படிம உருவங்களைப் பிரதிசெய்து வழிபடும் அவ் வழக்கத்தினைத்தான் துல்லியமாகப் பொய்கையார் குறிப்பிட்டுள்ளார் என்பதே அது.

முதன்முதலாக, கோட்டுருவமாகக் *(line drawing)* கூட அது முயற்சிக்கப்பட்டிருக்கலாம். பின்னரே வண்ண ஓவியமாகவோ சிற்பமாகவோ அது படைக்கப்பட்டிருத்தல் வேண்டும். இது உற்று நோக்கத்தக்கது. *“போகிறபோக்கில் பாடியிருப்பதாகப் பொய்கையாரின் அச் செய்யுள் இல்லை. ஒரு மரபின் தொடக்கத்தினை அது ஆவணம் செய்திருப்பது தெரிகிறது. உருவ வழிபாட்டின் மரபில் உலகளந்தபெருமாளின் உருவமே முதலாம் படிமமாக மலர்ந்திருக்கவேண்டும். அதனைப் பிறப்புவித்த களம் தமிழகம்; பிறப்புவித்தோர் தமிழ்க் கலைஞர்கள் என்றால் மறுக்கும் தொனியிலான வியப்பிற்கு இங்கு இடமில்லை”.*

எனினும், இப்பாடலுக்கு விளக்கம் கூறும் பிற உரையாசிரியர்கள் கிட்டத்தட்ட ஒரே மாதிரியான வேறுகருத்தினையே முன்வைத்துள்ளனர். எவ்வாறெனின்; அவரவர் தமக்குரிய கடவுளர்களைச் சுவரில் சார்த்திவைத்து வழிபடுவரென்றும், அவ்வாறு வழிபடுகிற கடவுளர்களில் விஷ்ணு ஒருவரே உலகளந்த பெருமையுடையவர் என்பதால் அவரே முதன்மையான கடவுள் என்ற பொருளில் உரை தந்துள்ளனர். இப்பொருளின்படித்தான் பொய்கையார் எழுதினாரென்றால், முதன்மையான கடவுளாகத் தகுதிபெற வேண்டுமெனின் உலகமளந்திருக்கவேண்டும் என்ற வரையறை ஏதாவது வகுக்கப்பட்டிருந்ததா எனக் கேள்வி எழும். ஆக, அப்படியான கருத்தினை அவர் முன்வைத்திருப்பதாகத் தெரியவில்லை. அவ்வாறென்றால், ஒரு சுமாரான கருத்துள்ள அந்தப் பாட்டினைத் தாம் எழுதும் நூறு வெண்பாக்களுக்கான எண்ணிக்கையை ஈடுசெய்வதற்காக இடையே சொருகியிருப்பாரா என்ன? என்றால், அவ்வாறான சோடைபோகிற கருத்துக்களுடனான பாடல்களை எழுதிச் சமாளித்து இடையிடையே சொருகி, நூறு செய்யுள்களை எழுதிமுடித்து, அக்கடா என்று ஓய்வெடுத்துக்கொண்டார் என்பதெல்லாம் இல்லை.

பொய்கையார், பாடலியற்றக் கையாண்ட மரபு 'அந்தாதி' வகையினதாகும். 'அந்தம்' என்றால் முடிவு; 'ஆதி' என்றால் தொடக்கம். ஆதலால் தான் அந்தாதி என்ற சிறப்புக்காரணப்பெயர் அவ்வகைச் செய்யுள் மரபிற்கு இடப்பட்டுள்ளது. ஈற்றில் முடியும் ஒரு செய்யுளின் சொல்லை, முதற்சொல்லாகக்கொண்டு அடுத்த பாடலைப் பாடும் பேரின்ப முனைவு.

அவர்தம் ஒவ்வொரு பாடலிலும் தொன்மம், தொன்ம வியப்பு, தொன்மத்தின் கருப்பொருளை நேரடி உருப்பொருளாகக் கண்ட அனுபவம் (கடவுளை நேரில் கண்ட அனுபவம்), அன்றைய உடன்காலச் சூழலின் இயல்பு, நிகழ்வுகளின் சாரம் எனப் புனைவுகளற்ற செய்திகளின் அடிப்படையில் செய்யுள் இயற்றிய நிலையில் தமிழூக்கும் அணிசேர்த்த ஓர் அரிய இலக்கியமாய் அவை தன்மை கொண்டவை. என்றால், நாம் மேற்கூறியவாறு உருவ வழிபாட்டுமரபு அறிமுகமான நிலையில் தொன்மக்கதையின் பின்புலத்துடன் முதன்முதலாகத் திருமாலுக்குத்தான் உருவம் வரைந்துபார்க்கப்பட்டதாகும். சரியாகத்தான் பொய்கை ஆழ்வார் குறிப்பிட்டுள்ளார். சரியாகத்தான் நாமும் அதைப் புரிந்துள்ளோம். எனினும், சமணமும் புத்தமும் முன்னமேயே உருவ வழிபாட்டிற்கான உருவங்களை அறிமுகப்படுத்தியிருந்தது குறிப்பிடத்தக்கது. என்றாலும், அவற்றினை ஆழ்வார்கள் கணக்கில் கொண்டதே இல்லை. இதனை அவர்களின் பாடல்களின் மூலம் அறியலாம்.

எனினும், சிவ வழிபாடு கந்து வழிபாட்டிலேயே பயணித்த நிலையில் கந்து எனும் நெடுந்தூண் இலிங்கத்திற்கு மட்டுமே பொருந்துவதாயிற்று. அதற்கான மெய்யியற்கோட்பாடுகளும் அதனின் குறியீட்டினைத் (*code*) தடுமாறாமல் இலிங்கமாக நிலைநிறுத்திக்கொண்டது. இதனை மெய்யுறுத்தும் தொடக்கக் கால இலிங்க உருவங்கள் அவ்வாறே ஆளுயரம் கொண்டிருந்ததை அறியலாம்.

மேற்கூறியதற்கிணங்க, குடிமல்லத்தின் உருவம் பொறிக்கப்பட்ட இலிங்கம் ஆளுயர இலிங்கமாகும். அது; கந்தின் தூண்மரபினைப் பிரதிபலிக்கக் கூடியப் பரிமாற்றத் தடயங்களுடனானது. இவ்வழக்கம் பல்லவர் காலத்திலும் தொடர்ந்திருந்ததைக் காணமுடிகிறது. எடுத்துக்காட்டாக மாமல்லபுரத்தின் கடற்கரைக்கோயிலின் கிழக்கு நோக்கிய முன்கோயிலில் சுமார் ஐந்தரை அடி உயரமுள்ள கல் – கந்து இலிங்கத்தினைக் காணலாம். இதில் உருவம் அமைக்கப்பட வில்லை. வெறும் இலிங்கமே அது. என்றால், கந்தில் பொறிக்கப்படும் உருவ மரபான கந்திற்பாவை மரபு இங்குக் கைவிடப்பட்டுள்ளது

என்பதனைப் புரிந்துகொள்ளவியலும். மாறாக, அதில் இடம்பெற வேண்டிய பாவை எனும் அவ் உருவத்தை அதே இலிங்கத்தின் பின்புறச் சுவற்றில் புடைப்புச்சிற்பமாகச் செதுக்கிவைத்துள்ளனர். அவ்வகையில், அது சோமஸ்கந்தர் சிற்பமாகும்.

எனவே, பொய்கை ஆழ்வாரின் பாடலின்படி திருக்கோவிலூருக்கு அடுத்தபடியாக அல்லது அதற்கும் முன்னதாகத் திருநீர்மலையில்தான் முதன்முதலாக உலகளந்த பெருமாளுக்கான படிமம் களம் கண்டது எனலாம். அதற்கிணங்க, அது மூன்றடி உயரம் மட்டுமே கொண்ட சிறிய சிற்பமாகத் தொடக்கப்பண்புகளுடன் அமைந்திருப்பதை உணரவியலும்.

திருநீர்மலை திரிவிக்கிரமன் மூலப்படிமம்

உண்மையில் மூன்றாம் நந்திவர்மனுக்கு முன்பாக பல்லவர்கள் உலகளந்த பெருமாளின் சிற்பத்தை எங்கும் அமைத்ததாகக் காணமுடியவில்லை. இரண்டாம் நந்திவர்மனின் சிறப்புப் பெருங்கோயிலான 'பரமேஸ்வர விண்ணகரம்' எனும் வைகுந்தப்பெருமாள் கோயிலிலும் அச்சிற்பம் காணப்பட வில்லை. மட்டுமன்றி, அவனது மகனால் எழுப்பப்பட்ட உத்திரமேரூரின் சுந்தர வரதராஜப்பெருமாள் கோயிலிலும் அவ் உலகளந்தானின் சிற்பம் அமைக்கப்படவில்லை. என்றால், மிகத்தொன்மையாக அச்சிற்பம் திருநீர்மலையின் மலைக்கோயிலில் அமைக்கப்பட்டிருக்கலாம். அங்கு அரங்கநாதர் கோயிலுக்குப் பின்புறமாக அமைந்துள்ள கடைசிக் கோயிலில் அச்சிற்பம் மூலவராக அமைந்துள்ளது. அதாவது, அரங்கநாதர் கோயில் முன்புறமாக அலலது முதலாவதாக அமைந்துள்ள நிலையில் அதனின் பின்புறமாகச் சற்று இடைவெளிவிட்டு இருகோயில்கள் காணப்படுகின்றன. அவற்றில் முதலாவதாக உள்ளது யோகநரசிம்மருக்கானது. இரண்டாம் அல்லது கடைசிக்கோயிலே உலகளந்தானுக்கு உரியதாகும். இது திரிவிக்கிரமன் எனும் சமஸ்கிருதப் பெயருடன் வழங்கப்படுவது குறிப்பிடத்தக்கது. இப்பெயர் உண்மையில் புராணத்தின் படியான பெயராகவே கையாளப்பட்டுள்ளது காண்க. அதுமட்டுமன்றி, தொல்காலப் படிமவியல் மரபின்படி இருகரங்களுடன் இத்திரிவிக்ரமனின் சிற்பம் தோற்றப்படுத்தப்பட்டுள்ளதால் நிச்சயம் இது மிகத்தொன்மையான சிற்பம் ஆகும். இதனால், இதனை முற்காலப் பல்லவர் அமைத்தனரா அல்லது வேறு எவரேனும் அமைத்தனரா என்ற கேள்வி எழுகிறது.

பொய்கை ஆழ்வாரின் கூற்றின்படி இதுவே தமிழகத்தின் உலகளந்தபெருமாள் அல்லது திரிவிக்கிரமப் படிம மரபிற்கான

காட்சியில் நுழைந்த முதலாம் சிற்பமாக அமையலாம். இதனை உறுதிபடுத்தும் நிலையில் அச்சிற்பத்தின் அமைதி காணக்கிடக்கிறது. அவ்வகையில், இடதுகாலைப் பக்கவாட்டில் உயர்த்தித் தூக்காமல் முன்னோக்கித் தூக்கிச் செங்குத்தாக உயர்த்தியிருப்பது குறிப்பிடத்தக்கது. இதனால், இது ஒரு தொடக்கக் கால முனைவிற்குரிய வடிவமாகவே தன்மை பெற்றிருப்பதை உணரலாம். இரு கரங்களை மட்டுமே பெற்று அவற்றின் முத்திரைகளும் தொடக்கக் காலத்திற்குரிய அமைதியில் உள்ளன.

திருநீர்மலையின் மேலுள்ள கோயில் ஒரு சிறு வளாகக் கோயிலாகும். இவ்வளாகம் கட்டுமலை போன்ற பெரும் பீடக்கட்டின் மீது அமைக்கப்பட்டுள்ளது. (பார்க்க: நிழற்படம் – எண்: 17) முன் புறத்தில் ஒரு கோயிலும் பின் புறத்தில் இரண்டு சிறு கோயில்களும் அமைந்துள்ளன. முதலாவதாக நிற்கும் கோயில் பள்ளிகொண்ட பெருமாளை மூலவராகப் பெற்றுள்ளது. இம்மூலவர் சிற்பம் ஆறடி நீளமுடையது. நான்கு கரங்களுடனான சிற்பம். மேற்கினில் தலை அமைய கிழக்கினில் கால் நீளுகிறது. முகம் தெற்கு நோக்கியமைந்துள்ளது. கோயிலும் தெற்கு நோக்கியதே. திருவரங்கத்தின் பள்ளிகொண்ட பெருமாளும் அவ்வாறே தெற்கு நோக்கி இருப்பது காண்க.

ஏறக்குறைய 12' x 6' நீள அகலத்துடனான கருவறையாக அது அமைந்து முன்சிற்றறை எனும் அர்த்த மண்டபத்தினையும் பெற்றுள்ளது. இவ் அர்த்த மண்டபத்துடனான மூலக்கோயில் நான்கு அடி உயரத்தில் அமைந்துள்ளது. இதனால், இதனை ஒட்டித் தாழ்ந்த நிலையில் முகமண்டபம் 25' x 25' அடி சதுரப்பரப்புடன் மையமாக நிற்கும் நான்கு தூண்களுடன் அமைக்கப்பட்டுள்ளது. இத்தூண்கள் விஜயநகரப் பாணித் தூண்களாக உள்ளன. இம்முகமண்டபம் சுமார் 12' அடி உயரம் கொண்டது. சுவர்களால் அடைக்கப்பட்டு ஓர் அறையாக உள்ள இம் மண்டபம் தெற்கில் தம் முதன்மை நுழைவினைப் பெற்றுள்ளது. இந்நுழைவினைத் தொடர்ந்து செவ்வகமாக மகாமண்டபமானது முகப்பில் கிழக்கு மேற்காக நீண்டுள்ளது. அது, ஆறு தூண்களுடன் தம் கூரையைத் தாங்குகிறது. இம்மண்டபம் 36' அடி நீளமும் 10' 8" அடி அகலமும் கொண்டதாகும். இதன் கீழாக விசாலமான படிக்கட்டுகள் அமைக்கப்பட்டுள்ளன. (பார்க்க: நிழற்படம்–எண்: 15) மகாமண்டபத்தினைத் தொடர்ந்து, கீழிறங்க ஆறு படிகள் அமைந்துள்ள நிலையில் அதனைத்தொடரும் சமதளத்தரை 36' x 20' 3" பரப்புடன் விசாலமாக அமைந்துள்ளது. அதனைத் தொடர்ந்து கீழிறங்கப் பத்துப் படிகள் உள்ளன. இப்பெரும்

விசாலப் படிக்கட்டுமானத்தின் கீழ்த்தரையில் மையமாகக் கருடாழ்வாரின் சிறு கோயிலும் கொடி மரமும் பலிபீடமும் அமையப்பெற்றுள்ளன. முதலாம் திருச்சுற்று, கூரையிடப்பட்ட உள்ளமைந்த திருச்சுற்றாக மாற்றம் பெற்றுள்ளது. முன்பு இது திறந்தவெளித் திருச்சுற்றாகவே இருந்திருத்தல் வேண்டும். திறந்தவெளித் திருச்சுற்றினைச் சமஸ்கிருத மரபு நிரந்தரப் பிரகாரம் என்றும் அவ்வாறே மூடிய உட்திருச்சுற்றினைச் சந்தாரப் பிரகாரம் என்றும் வழங்கும்.

கோயில்களின் அமைவு

மேற்குறிப்பிட்டுள்ளவாறு முதன்மைக் கோயிலாக அமைந்திருப்பது பள்ளிகொண்ட பெருமாளுக்கான கோயிலாகும். மூலவர் அரங்கநாதர் என்றழைப்படுகிறார். இது தெற்கு நோக்கிய கோயில் என மறுமுறை நினைவு கொள்க. முன்கூறியவாறு, இக்கோயிலின் பின்புறமாக நான்கு அடி இடைவெளியில் மேலும் இரு கோயில்கள் ஒன்றையொன்று ஒட்டி அமைந்தனவாய்க் காணப்படுகின்றன. (பார்க்க: நிழற்படம்–எண்: 16) மூலக்கோயிலின் உடனடிப் பின்நிற்பதாக அமைந்திருப்பது அமர்ந்த நிலையிலான யோகநரசிம்மருக்கான கோயிலாகும். இதனை ஒட்டித் தொடரும் அடுத்த கோயில் முகமண்டபத்தினைப் பெறாமல் சற்று உள்ளடங்கி அமைந்துள்ளது. இதுவே உலகளந்த பெருமாளுக்கான கோயிலாகச் சிறப்புறுகிறது. இவ்விரு கோயில்களும் கிழக்கு நோக்கி அமைந்துள்ளன. முன்பு இவை தனித்த கோயில்களாக மூலக்கோயிலின் பின்புறமாக அமைந்திருந்த நிலையில் இம்மூன்றையும் ஒரே கூரையின் கீழ் இணைத்துச் சுவரும் எழுப்பப்பட்டுள்ளதால் அதன் திருச்சுற்று மூடிய திருச்சுற்றாகவும் மாற்றம்பெற்றுள்ளது.

இக்கோயிலைப் பற்றித் தெரிந்துகொள்ள வேண்டியது அவசியமே. எனவேதான் சற்று விரிவாக எழுதப்பட்டுள்ளது. அவ்வகையில் முதன்மைக்கோயிலாக இருக்கும் தெற்கு நோக்கிய அரங்கநாதப் பெருமாள் கோயில் பின்னர் எழுப்பப்பட்ட தாகும். என்றால், தொன்மையான கோயில்களாகக் கிழக்கு நோக்கியவாறு தற்போது பின்னால் அமைந்திருக்கும் அவையே அன்று முதன்மையான கோயில்களாக இருந்திருத்தல் வேண்டும். ஆக, முன்சொன்னவாறு திரிவிக்கிரமன் எனும் உலகளந்தானுக்குரிய முதலாம் கோயிலாக அச்சிறு கோயிலே அன்று சிறப்புற்றிருந்ததாகலாம். இதனை அடுத்து இரண்டாவ தாகத் திருக்கோவிலூரின் உலகளந்த பெருமாள் கோயில் அமைகிறது. இவை இரண்டும் முழுக்க முழுக்க விஷ்ணுவின்

ஒரு தொன்மக்கதைக்கான வழிபடும் உருவமாகவே அமைக்கப் பட்டவை. அதனால்தான், குறிப்பாகத் திருநீர்மலையின் திரிவிக்கிரமனின் சிற்பம் விஸ்வரூபத் தோற்றமாயினும் வெறும் மூன்றடி உயரத்துடன் மட்டுமே நிறுவப்பட்டிருப்பதை உணர்தல் வேண்டும்.

கிழக்குத் திசையே கோயில் அமைவிற்கான முதன்மைத் திசை. இதன் அடிப்படையில்தான் நாம் அவ்விரு சிறு கோயில்களும் பழமையானவையாக இருக்கலாம் என்று குறிப்பிட்டுள்ளோம். எனினும், முன்புறமாக உள்ள அரங்கநாதப் பெருமாள் கோவிலும் அவற்றிற்கும் முந்தைய கோயிலாக இருக்க அதிக வாய்ப்புண்டு. இதுதவிர, அவ்விரு சிறு கோயில்கள் ஒன்றில் உள்ள நரசிம்மர் சிற்பம் தமிழகத்தின் மிகத் தொன்மையான அல்லது அதுவே முதலாம் சிற்பமாக இருத்தல் வேண்டும். இன்னும் குறிப்பாக, இக்கோயிலில்தான் அது அறிமுகம் பெற்றிருத்தற் கூடும். அதன் பின்னரே அப்படிமம் விமரிசையாகக் கையாளப்பட்டிருத்தல்வேண்டும்.

நடுத்தர உயரத்துடனான திருக்கோவிலூரின் திரிவிக்கிரமன்

திருநீர்மலையின் மூன்றடிச் சிற்பத்தினை அடுத்ததாகத் திருக்கோவிலூர் உலகளந்த பெருமாள் சிற்பம் நான்கு மடங்கு உருப்பெருக்கம் செய்யப்பட்டிருப்பது குறிப்பிடத்தக்கது. என்றால், இதன் பின்னணியில் விஸ்வரூபப் பின்னணியின் தாக்கம் தெரிவதை உணரலாம். அல்லது உண்மையில் விஸ்வரூபச் சிற்பத்தினை வேறுபடுத்திக்காட்ட கூடுதல் உயரத்துடன்தான் அமைக்கப்படவேண்டும் என்ற ஓர் அடுத்த கட்டப் புரிதலில் அவ்வாறு அமைக்கப்பட்டதாகவும் இருக்கலாம். எனவேதான் திரிவிக்கிரமன் இங்கு நான்கு கரத்துடன் தோற்றப்படுத்தப்பட்டுள்ளார். நடுத்தர உயரத்துடனான சிற்பம் என்பதால்தான் இக்கோயிலின் விமானம் ஒருதள விமானமாக அமைக்கப்பட்டிருப்பது குறிப்பிடத்தக்கது. ஆதலால், அதன் சாலகாரச் சிகரம் நல்ல வட்ட வடிவத்துடன் பருத்துக் காணப்படுகிறது. *(பார்க்க: நிழற்படம் – எண்: 11 & 12)* இதுவன்றி, இவ் விமானத்தின் கீழ்க்கட்டுமானம் முற்காலச்சோழர் பாணியில் காணப்படுவதாயினும் துல்லியமாகச் சொல்வதற்கில்லை. சோழநாட்டில் தனித்துவம் மெய்ப்பித்த கொடும்பாளூர் மூவர்க்கோயிலின் குறுநில – தனித்துவம் போன்றே இங்கும் ஒரு குறுநிலத்துவப் பாணி காணப்படுவதை உணரமுடியும். *(பார்க்க: நிழற்படம் எண் – 13 & 14)*

உலகளந்த பெருமாளுக்காக இரு கோயில்கள் வெகு முன்பிருந்தே அமையப்பெற்றிருந்த நிலையில் மூன்றாவதாக ஒரு கோயில் மேலும் அமைய கிட்டத்தட்ட 300 ஆண்டுகள் கடந்துபோக வேண்டியிருந்தது. திருநீர்மலை, திருக்கோவிலூருக்கு அடுத்தபடியாக அதே வரிசையில் மற்றுமொரு கோயில். என்றாலும், அம்மூன்றாம் கோயில் நேரடியாக உலகளந்த பெருமாளின் கோயிலாக அமையவில்லை. இதனைத் தெளிவாக எனது சோழர்கால விஸ்வரூபச் சிற்பங்கள் என்ற நூலில் விளக்கி யுள்ளேன். என்றால், முன் கட்டப்பட்டிருந்த நின்ற நிலை பெருமாளுடனான கோயிலை மேலும் கூடுதற்பரப்புடன் திருத்தம் செய்தனர். திருத்தம் செய்ததோடு மட்டுமல்லாமல் அதன் நின்ற நிலை சிற்பத்தினை அகற்றிப் புதியதாக நடந்த கோலச் சிற்பம் அங்குப் பொருத்தப்பட்டதாயிற்று. ஆக, அக்கோயிலே திருவூரகத்தின் கோயிலாகும். அவ்வாறு அதில் பொருத்தப்பட்டுள்ள உலகளந்தான் சிற்பம், சோழர்காலச் சிற்பம் என்பதால் படிமவியல் சிறப்பும் உடற்கூறியல் அமைவுச் சிறப்பும் தெளிவாகக் கொண்டிருப்பதை உணரவியலும். என்றால், திருநீர்மலை, திருக்கோவிலூரின் சிற்பங்களை விட அனைத்துக் கூறுகளிலும் மிகச் சிறப்புற்றதாகத் திருவூரகத்தின் உலகளந்தான் சிற்பம் அமைந்துள்ளது குறிப்பிடத்தக்கது.

மேலும், இம்மூன்று கோயில்களுக்கும் அடுத்த நிலையில் உலகளந்தானுக்காகத் தமிழகத்தில் நான்காவதாகவும் ஒரு கோயில் எழுப்பப்பட்டுள்ளது. அக்கோயில் சீர்காழிச் சீராம விண்ணகரம் ஆகும். இக்கோயிலை, "ஒரு குறள் ஆய் இரு நிலம் மூவடி மண்வேண்டி"...எனத் தொடங்கும் தமது 1177ஆம் பாடலில் திருமங்கை ஆழ்வார் பதிவுசெய்துள்ளார்.

திருவூரகம் – திருக்கோவிலூர் கோயில் ஒப்பீடு

கோயில்	விமான வகை	தளம்	கருவறை உட்புற அளவு (அடி)	கருவறை வெளிப்புற அளவு / அர்த்த மண்டபத்துடன்	சிற்பத்தின் உயரம் (அடி)
திருக்கோவிலூர்	சாலம்	1	16' x 7'	21' x 15' / 21' x 29'	13'
திருவூரகம்	சாலம்	2	23' x 10'	23' x 24' / 39' x 39'	21'

திருவூரகம் – திருக்கோவிலூர் திருநீர்மலை ஒப்பீடு

கோயில்	சிற்பம் எதனாலானது	உயரம் (அடி)	கரங்கள் (அடி)	உயர்த்திய கால்	திசை
திருநீர்மலை	மரம்?	3’	2	இடது	கிழக்கு
திருக்கோவிலூர்	மரம்	13’	4	வலது	கிழக்கு
திருவூரகம்	சுதை	21’	2	இடது	மேற்கு

இங்குக் கவனிக்கத்தக்க ஒன்றாக, திருக்கோவிலூரின் சிற்பம் மரத்தால் வடிவமைக்கப்பட்டுள்ளது குறிப்பிடத்தக்கது. அவ்வாறே திருநீர்மலையின் சிற்பமும் மரச்சிற்பமாக இருக்கலாம். எனினும் திட்டவட்டமாகத் தெரியவில்லை. மரத்தினால் உருவாக்கப்பட்டுள்ள மூலவர் சிற்பம் என்பது ஆதிய கந்து வழிபாடு அடைந்த நான்காம் நிலைப் பரிணாமம் ஆகும். என்றால் திருநீர்மலை, திருக்கோவிலூர் கோயில்கள் நான்கு, ஐந்தாம் நூற்றாண்டுகளுக்கு இடையே எழுப்பப்பட்ட முந்தைய கோயில்களாக இருக்கலாம்.

மேலும், “சோழர்கால விஸ்வரூபச் சிற்பங்கள்” எனும் எமது நூலில் ஆய்வுசெய்யப்பட்டிருக்கும் திருவூரகத்தின் உலகளந்த பெருமாள் கோயிலின் மீது மற்றுமொரு புதிய விளக்கம் இங்குத் தேவையாகி நிற்பதால் இந் நூலில் அது இடம்பெறுகிறது.

உட்திருச்சுற்றுடனான திருவூரகம்

இக்கோயிலை உட்திருச்சுற்றுடன் இரண்டாம் நந்திவர்மன் முதலில் அமைத்திருக்கலாம். அன்று அக்கோயில் கூடகார விமானமாக அமைக்கப்பட்டிருத்தல் வேண்டும். நின்ற கோல அமைதியுடனான மூலவர் என்பதால் விமானத்தின் சிகரத்தினை அவ்வாறு கூடகார வடிவத்துடன் இடம்பெறச்செய்திருப்பர். இதனை மெய்யுறுத்துவதாகச் சில நின்ற கோலத்துடனான பெருமாள் சிற்பங்களைப் பெற்றுள்ள கோயில்கள் யாவும் கூடகார விமானங்களைப் பெற்றவையாய் உள்ளன. எடுத்துக்காட்டாக திருநீர்மலை மலையடிவாரத்துக் கோயில் கூடகார விமானத்துடன் காணப்படுகிறது. இதன் மூலவர் மூன்றரை அடி உயரத்துடன் நின்ற கோலத்துடன் அமைந்துள்ளார். இதுபோன்றே காஞ்சிபுரத்தின் அட்டபுயக்கரப் பெருமாள் கோவிலின் விமானமும் கூடகாரம் ஆகும். இதே இரண்டாம் நந்திவர்மனால் எழுப்பப்பட்ட கூரத்தின் ஆதிகேசவப் பெருமாள் கோயிலின் மூலவர் நின்ற நிலை தோற்றம் கொண்டவராகும். இதனால் அக்கோயிலின் விமானமும் கூடகாரமாக இருப்பது காண்க.

இரண்டாம் நந்திவர்மனின் ஊரகத்தின் கோயிலை அவனது பேரனான மூன்றாம் நந்திவர்மன் மாற்றம் செய்து அல்லது மறு நிர்மாணம் செய்து அதில் நின்ற கோலத்திற்குப் பதிலாக நடந்த கோலத்துடனான சிற்பத்தினை நிறுவினான். அச்சிற்பம் வழக்கமான அளவினை விடக் கூடுதலான உயரத்துடன் வடிவமைக்கப்பட்டு விஸ்வரூபமாகக் காட்சிப்படுத்தப்பட்டிருந்தது. இதனால், முன்பிருந்த கூடகார விமானம் இந் நடந்த கோலத்திற்கான நீள, அகல மற்றும் உயரமான கருவறையைப் பெற்றிருந்திருக்காது என்கிற நிலையில், முழுவதும் அப்பழைய கோயில் நீக்கப்பட்டுப் புதிய சாலகார விமானக்கோயில் எழுப்பப்பட்டிருத்தல் வேண்டும். அவ்வகையில், மூன்றாம் நந்திவர்மனின் உலகளந்த பெருமாள் கோயில் உட்திருச்சுற்றுடன் அமைக்கப்பட்ட கோயிலாக இருந்திருக்க வாய்ப்புண்டு. விண்ணெடியம் காட்டும் இறைவனைச் சுற்றி வலம் வந்து தொழுதல் பயன்தரும் என்பதற்கிணங்க சந்தாரப் பிரகாரம் எனும் உட்திருச்சுற்று அமைக்கப்பட்டிருத்தல் வேண்டும்.

மேலும், முதலாம் குலோத்துங்கனால் மீண்டும் இக்கோயில் திருத்தம்பெற்று விசாலமாக்கப்பட்டுள்ள நிலையில் அதில் இன்னும் உயரமான சிற்பத்தை நெடும் பாவையாக நிறுவினான். எவ்வகையாயினும், திருத்தம்பெற்ற அக்கோயிலும் மீண்டும் உட்திருச்சுற்றுடன் அமைக்கப்பட்டிருக்கலாம் என்ற கருதுகோள் வலுவாக முன்னிற்கிறது.

முடிவுரை

கந்து, கந்திற்பாவை எனப் படிநிலைப் பரிணாமம் பெற்றுவந்த கடவுள் வழிபாடானது கடைச்சங்கக் காலத்தின் இறுதிக் காலக்கட்டங்களில் முழுவதுமாக உருவ வழிபாட்டிற்குள் நுழைந்திருந்தது. இப்பரிமாற்றக் காலத்தில் இயற்றப்பட்டிருந்த சிலப்பதிகாரம் எனும் இலக்கியநூல் இதனைச் சிறப்பாகப் பதிவுசெய்துள்ளது. இத்தகையச் சிறப்புத் தரவுகள்தான் நமது ஆய்விற்கு வலு சேர்ப்பவையாக உள்ளன. வட இந்திய ஆய்வாளர்கள் எழுதிய நூல்களான *V.S Agrawala's "Evolution of the Hindu Temples and other Essays"* மற்றும் N. வெங்கட ரமணய்யா எழுதியுள்ள *"Origin of the South Indian Temples"* ஆகிய இவ்விரு நூல்களுள் இத்தகைய அரிய தரவுகள் இடம்பெறவில்லை. பொதுவாக எழுதியுள்ளனர். ஆனால், வெகு முன்பாக, இறை உருவ அமைப்பில், அவை ஒவ்வொன்றிற்கும் அவற்றின் பண்புகளின் அடிப்படையில் வரையறை செய்யப்பட்டிருந்த உருவஅமைதியைத் தம் சிலப்பதிகாரத்தில் குறிப்பிட்டுப் பேசுகிறார் இளங்கோ. இதனால், மேற்குறிப்பிட்டுள்ள அவ்

இரு நூல்களில் தமிழகத்தின் வழிபாட்டு மரபின் நீள்தொடரியம் அறிய வாய்ப்பில்லை. குறிப்பிடப்பட்டுள்ள சிலப்பதிகாரத்தின் பாடல் பின்வருமாறு:

நால்வகைத் தேவரும் மூஅறு கணங்களும்
பால்வகைத் தெரிந்த பகுதித் தோற்றத்து
வேறுவேறு கடவுளர் சாறுசிறந்த ஒருபால் சிலம்பு: 5: 178

தரப்பட்டுள்ள சிலப்பதிகாரத்தின் செய்யுள் வரிகள் அன்றைய உருவ வழிபாட்டின் பரிணாம வளர்ச்சியைப் பதிவு செய்திருப்பதைக் காணலாம். அவ்வகையில், எக் கடவுளாக இருப்பினும் அவை ஒவ்வொன்றிற்கும் வகுக்கப்பட்ட உருவ அமைதியின் வேற்றுமை தெரியுமாறு தனித்துவத்துடனான உருவத்தோற்றத்துடன் அமைத்து வழிபடும் மரபு, வரலாற்றுத் தரவாக முன்னிறுத்தப்பட்டுள்ளது. எனினும், இடைகொண்ட களப்பிரர் ஆட்சியினால் இச்சீர்மரபில் முடக்கம் நிகழ்ந்திருந்ததை வரலாற்றினால் அறியவியலும்.

குப்தர் காலத்தின் பிற்பகுதியில் தொகுக்கப்பட்டதாகக் கருதப்படும் விஷ்ணு தர்மோதர புராணத்தின் மூன்றாம் பாகத்தில் இடம்பெற்றுள்ள படிமவியல் இலக்கணத்திற்கும் (பிரதிமா லக்ஷணா) வெகுமுன்பாகவே அவ் இலக்கணத்தைப் பேசியுள்ளது சிலப்பதிகாரம்.

இப்பெருந்தேக்கத்திற்குப் பின் தமிழகம் தமது ஆறாம், ஏழாம், எட்டாம் நூற்றாண்டுகளுக்கிடையில் மாபெரும் பரிமாற்றச் சிறப்புகளைச் சமய வளர்ச்சியிலும் சமயத்திற்கான கலைப்படைப்புகளிலும் செவ்வெனப் பெற்றிருந்துள்ளது. ஆதிய வழிபாட்டு முறைகளிலிருந்து படிப்படியாக முன்னேறி அரூப, உருவ வழிபாட்டிற்குள் நுழைந்திருந்த நிலையில், இடைக்காலத்தின் தொடக்கப்பகுதிகள் முழுதும் மலர்ச்சிக்கான காலமாகச் சிறந்திருந்தது. இதனைப் பரவலாக “பக்தி மறுமலர்ச்சிக் காலம்” என்பர்.

சமயக் கட்டமைப்பும் சமய நெறிகளை வாழ்வியற்கான வழிமுறையாகவும் செப்பனிடுவதில் ஆழ்வார்களும் நாயன்மார்களும் அரிய பங்காற்றியிருந்தனர். அவர்கள் ஆழ்ந்துகண்ட மெய்ம்மைகள் யாவும் இலக்கியங்களாகச் சமூகத்தில் பரவியிருந்தன. அவற்றினைப் பரு – மொழியில் (முப்பரிமாணத்தில்) காட்சிப்புலத்திற்குள் எடுத்துச்சென்றவர்களாகப் பல்லவர்களும் பாண்டியர்களும் அன்னோரின் கலைஞர்களும் பெரிது நிற்கின்றனர்.

எனினும், இத்தகைய வளர்நிலை மாற்றங்களை இவர்கள் எட்ட, மேற்சொன்ன பெரும் இடைவெளி ஒன்றினைச் சந்திக்கவேண்டியிருந்தது. கடைச்சங்கக் காலத்தின் இறுதியில் விமரிசையாகத் தொடக்கம் கண்ட சைவ, வைணவக் கோயிற் கட்டடக்கலை மரபு, பெரும் பின்னடைவைச் சந்திக்கவேண்டி யிருந்தது. இப்பின்னடைவிற்கான வரலாறு முன்னிறுத்தியிருக்கும் காரணமாக, காலகாலமாகத் தொடர்ந்துவந்த மூவேந்தர் எனும் தொடர் மரபு துண்டிக்கப்பட்டமை அறியப்படுகிறது. களப்பிரர் எனும் தமிழரல்லாதோர் கையகப்படுத்தியதாகத் தமிழகம் மாறிப்போனதால் ஒரு புதிய இயங்கியலை அது சந்திக்க நேர்ந்ததாயிற்று. பரந்த பெரும்படையுடன் வந்து வெற்றி பெற்ற களப்பிரர்களை எதிர்த்துத் தோற்று, பின் குறு நில மன்னர்களாக மாறிய அம் மேனாள் மூவேந்தர்கள் யார் யாரென இது நாள்வரையிலும் தெரிந்தபடில்லை. எனினும் அதற்கும் முன்பாக, சேர நாட்டினைக் கணைக்கால் இரும்பொறையும் சோழ நாட்டினைக் கோச்செங்கணானும் பாண்டிய நாட்டினை உக்கிரப்பெருவழுதியும் ஆட்சிசெய்திருந்தது குறிப்பிடத்தக்கது. சான்றுகளின் அடிப்படையில் அம்மூவருள் எழுபத்தியெட்டுக் கோயில்களைக் கட்டியவனாகச் சோழன் கோச்செங்கணான் அறியப்படுகிறான். இவற்றுள் பெரும்பான்மையான கோயில்கள் சிவனுக்கானவை. ஒருசில கோயில்கள் விஷ்ணுவிற்காகவும் கட்டப்பட்டிருந்தன. என்றால், மேற்கூறியவாறு பிந்தைய மூன்றாம் நூற்றாண்டில் வெகுவிமரிசையாகக் கடவுளருக்குக் கோயில் எழுப்பும் வழக்கம் சிறப்புற்று இருந்துள்ளதை அறியலாம். ஆயினும் புதிய ஆட்சி, சமணத்தையும் பௌத்தத்தையும் ஆதரித்தது. அவற்றிற்குரிய சேதியங்களும் விகாரைகளும் எழுப்பப்பட்டன. எனினும், வைணவச் சமயப்பற்றாளர்களாகவும் புதிய ஆட்சியினர் இருந்துள்ளனர். 'அச்சுதன்' என்ற பெயருடைய களப்பிர அரசன் ஆண்டுள்ளதும் தெரிகிறது. விஷ்ணுவிற்கு அச்சுதன் என்கிற பெயரும் வழங்கப்படுவதுண்டு. என்றால், திருநீர்மலையின் கீழுள்ள நின்ற கோலத்திற்கான நீர்வண்ணப்பெருமாள் கோயிலும் மேலுள்ள அரங்கநாதர், யோக நரசிம்மர் கோயில்களும் களப்பிரர் ஆட்சியின்போது அமைக்கப்பட்டவையாய் இருக்கலாம். இதனால்தான் அரிய தொல் கோயில்களைக் குறிப்பிடும்போதும் திரிவிக்கிரம மூர்த்திக்கான பழம் கோயில் என்ற வகையில் திருநீர்மலையை ஆழ்வார்கள் தவறாது குறிப்பிடுகின்றனர்.

பன்னிரண்டு ஆழ்வார்களுள் மூவர்முதலிகளாகக் கருதப்படும் பொய்கை, பூதம், பேயாழ்வார் போன்றோர் உருவ வழிபாடு அரிதாக இருந்த காலக்கட்டத்தில் வாழ்ந்தோர் ஆவர்.

நின்ற, கிடந்த கோலத்துடனான திருமாலின் சிற்பத்தினையே மூலவராகக் கொண்ட கோயில்கள் அப்போது அங்கொன்றும் இங்கொன்றுமாகவே இருந்துள்ளன.

மேலும், குப்தர் காலத்தில் முழுவீச்சில் தொகுக்கப்பட்ட விஷ்ணு புராணத்தின் கதைகள் தமிழகத்திலும் பரவியிருந்தன. எனினும், அவை மக்களிடையே, ஏன் மன்னர்களிடமும் தாக்கத்தினை ஏற்படுத்திடாதவாறு அப்போது செல்வாக்குடன் இருந்த சமண, பௌத்தத் துறவிகள் செயல்பட்டிருந்துள்ளனர். எனினும், பின்னர் தோன்றிய ஆழ்வார்களால் அவை பெரிதுபோற்றப்பட்டு அவர்தம் பாடல்களிடையே கருப்பொருள் களாயின.

மேலும், இறைஉருவங்களை நேரிடையாகவும் அகத்தலத்தில் கண்டு உணர்ந்தவர்களாகவும் ஆழ்வார்கள் சிறப்புறுகின்றனர். குறிப்பாகப் பொய்கையாழ்வாரும் பூதத்தாழ்வாரும் தாம் மட்டும் கண்டு களிப்பெய்தினால் போதாது; எளிய மக்களும் கண்டு பயன்பெறவேண்டும் என்கிற நல்லெண்ணம் பூண்டிருந்தனர். எனினும், இவர்களின் காலத்தில் புதிய கோயில்கள் அவ்வளவாக எழுப்பப்படவில்லை. அவ்வாறே புதிய தோற்றத்தினுடைய அல்லது கோலத்துடைய சிற்பங்களோ ஓவியங்களோ படைக்கப்படவில்லை என்றே தெரிகிறது. இதனை ஏக்கமாகவே தமதொரு பாடலில் பூதத்தாழ்வார் பதியச்செய்துள்ளார்.

முன்பு ஒருமுறை மூத்த ஆழ்வார்கள் மூவரும் திருக்கோவிலூரில் தங்கி இருந்தனர். அப்போது ஏதோ ஓர் இரவில் பெருமழை பெய்துகொண்டிருந்தது. இதனால் ஆழ்வார்கள் மூவரும் மழைக்காக அங்கு ஒரு வீட்டின் திண்ணை யில் அண்டியிருந்தனர். திண்ணை சிறியதாக இருந்ததால் இடமில்லாமல் நெருக்கியபடி நின்றிருந்தனர். இந்நிலையில் நாலாவதாக மேலும் ஒருவர் வந்து நெருக்குவதை உணர்ந்தனர். கும்மிருட்டாக இருந்ததால் அவரைக் காண இயலவில்லை. "ஏற்கெனவே இங்க மூணு பேருக்கே இடமில்ல" என மனதில் நினைத்தவாறு 'யார் அது?' என வினவ; அப்போது நான்காவதாக நின்ற அந்த ஆள் மீது எங்கிருந்தோ வந்த ஒரு விளக்கொளி பட; அப்புதிய நபர் இறைவன் திருமாலாகக் காட்சி தந்தார். இதனைத் தம் பாடலில் பதிவு செய்துள்ளனர் என்பது குறிப்பிடத்தக்கது. அவ்வாறு தாம் நேரில் கண்ட இறைவனின் திருக்கோலத்தினை ஏனைய பிற மக்களும் குறைந்தபட்சம் ஓவிய, சிற்பங்களிலாவது கண்டுணர வேண்டும் என்ற வேட்கை ஆழ்வார்களிடம் மிகுந்திருந்தது.

‘கண்ணா! நின் கதையின் பெரும்பொருள் யாவும் உன் பெயரின் விளக்கங்களாகவே அமைந்துள்ளன. இறைஉருவங்களை எம் இதயத்தில் எவ்வாறு கண்டு உணர்ந்தேனோ அதனையே ஏற்றியும் போற்றியும் இருந்த நிலையில், தொன்மக்கதைகளில் சொல்லோவியமாய் அல்லது சொற்பாவையாய் நிற்கும் திருமாலே! இனிமுதலாவது முப்பரிமாணத்துடனான கலை உருவில் ஓவியமாகவோ சிற்பமாகவோ காண்பதற்கு உத்தரவு இடு!’ இது; பூதத்தாழ்வாரின் அன்றைய வேண்டுகோளாக அவர்தம் பாடலில் காணக்கிடக்கிறது. அறிந்தவரை இத்தகைய கோணத்தில் யாரும் பொருள் உணர்ந்தாரில்லை. அவ்வளவு நுட்பமாக அக்காலச் சூழலின் தேக்க நிலையைப் பதிவு செய்துள்ள நிலையில், கலைத்துறையில் ஒரு புரட்சி நிகழ்ந்து கண்ணனது பல்வேறு தோற்றங்களைக் கண்குளிரக் காண வேண்டும் என்ற பொய்யற்ற ஆசையைப் பூதத்தாழ்வார் வேண்டுகோளாக வைத்துச்சென்றுள்ளார். அந்தக் குறிப்பிட்ட பாடல் இங்குக் கீழே தரப்பட்டுள்ளது. கலை வரலாற்று ஆய்வாளர்களுக்கு உண்மையில் இப்பாடல் ஒரு கருதுகோளாகும்.

> கதையின் பெரும்பொருளும் கண்ணா நின்பேரே!
> இதயம் இருந்தவையே ஏத்தில் – கதையின்
> திருமொழியாய் நின்ற திருமாலே! உன்னைப்
> பருமொழியால் காணப் பணி. 2244

அவரின் பாடற்தொகுப்பான இரண்டாம் திருவந்தாதியில் இது 64ஆம் பாடலாகும். இரண்டாம் திருவந்தாதி 100 பாடல்களைக் கொண்டது. என்றால், அவர் நடுத்தர வயதினராக இருக்கும்போது கோயில்களோ சிற்பங்களோ எங்கும் பெருமளவில் படைக்கப்படவில்லை என்பது தெளிவாகிறது. ஆயினும், அவர் காலக்கட்டத்திலேயே குறிப்பிடும்படியான அளவில் கலைப்பாடுகள் மாமல்லபுரத்தில் நிகழ்த்தப்பட்டிருந்துள்ளன. பூதத்தாழ்வார் மாமல்லபுரத்தில் பிறந்தவர் என்பதை நினைவில் கொள்க. எனினும், திருமால் சார்ந்த புதிய அமைதிகளுடனான சிற்பங்கள் அங்கு படைக்கப்படவில்லை. சொல்லப்போனால் கடைசிவரை மாமல்லபுரத்தில் திருமாலின் அமர்ந்த நிலைச் சிற்பம் வடிவம் பெறவில்லை என்பது குறிப்பிடத்தக்கது.

மூத்த மூன்று ஆழ்வார்களும் பல்லவ நாட்டினர் ஆவர். பல்லவர்களும் அப்போது பேரரசு நிலையினை எட்டியிருந்தனர். இதனால் நிலையானதொரு நற்சூழலும் ஆங்கே நிலவியிருந்தது. சமண மதத்திலிருந்து விடுபட்டவனாய் சமயப்பணித் தொடங்கிய முதலாம் மகேந்திரவர்மன் குடைவரைக்கோயில் அமைப்பதில் ஆர்வம் கொண்டிருந்தவன்.

மேலும், நாம் வரையறுத்துள்ள ஆழ்வார்களின் காலக் கணிப்பின்படி பிந்தைய ஏழாம் நூற்றாண்டின் பிற்பகுதியும் எட்டாம் நூற்றாண்டின் வெகு முற்பகுதிக் காலங்களும் (632 – 718 பொ.ஆ) முதல் இரு ஆழ்வார்களுடையதாக அமைகின்றன. என்றால், அக்காலக் கட்டத்தில் மாமல்லபுரத்தில் முதலாம் மகேந்திரவர்மனால் அமைக்கப்பட்ட குடைவரைகளும் முதலாம் நரசிம்மனால் அமைக்கப்பட்ட ஐந்தொகுதி ஒற்றைக் கற்றளி குடைவரைகளும் இதர ஒற்றைக் – கற்றளிகளும், மகிஷாசுரமர்தினிக் குடைவரை, வராக மண்டபம், திரிமூர்த்திக் குடைவரை என இன்னும் பிறவும் அமைக்கப் பட்டிருந்தன. எனினும், இவற்றுள் விஷ்ணுவின் சிற்பமாகத் நேர்த்தோற்றத்திலான நின்ற கோல வடிவமும் அனந்த சயனமும் திரிவிக்கிரம வடிவமும் பூவராக மூர்த்தி வடிவமும் என இவையே காட்சிக்குள் முயற்சிக்கப்பட்டிருந்தன. என்றால் இங்குச் சொல்லவருவது குடைவரைகளில் நரசிம்மரின் உருவம் செதுக்கப்பட்டிருக்கவில்லை என்பதாகும். எனினும், முன்பு குறிப்பிட்டிருந்துள்ளதுபோல கடற்கரைக்கோயிலின் முன்கோயிலில், வடபுறக் கருவறைப் புறச்சுவரில், இடம் வலமாக இரு முறை ஹிரண்யவதக் காட்சி இடம்பெற்றிருப்பதும் குறிப்பிடத்தக்கது.

உலகளந்தான் (திரிவிக்கிரமன்) சிற்பத்தைப் பொருத்தவரை பல்லவர் சிற்பங்களில் தொன்மையானதாக வராகக் குடைவரைக் கோயிலின் சிற்பம் முதன்மை பெறுகிறது. இது மாமல்லபுரத்தில் அமைந்ததாகும். புடைப்புச் சிற்பமான இச்சிற்பம் குழுச்சிற்பமாக அமைக்கப்பட்டுள்ள நிலையில் தொடக்க நிலைக்குரிய காட்சியியல் தன்மையுடன் காணப்படுகிறது. எனவேதான், இவ் உலகளக்கும் பிரதானக் காட்சியிலும் கூட ஏனோ பூவராக மூர்த்தியின் சிற்பம் சிறிய அளவில் செதுக்கப்பட்டுள்ளது. (பார்க்க: நிழற்படம் – எண்: 25) இச்சிற்பத்தில் அதிகபட்சமாகப் பிற இறை மற்றும் அரச உருவங்கள் இயக்க நிலையிலும் அமர்ந்தவாறும் பத்து எண்ணிக்கையில் காணப்படுகின்றன. எனினும், அதே குடைவரையில் இவ் உலகளந்தான் சிற்பத்திற்கு எதிராக வடபுறச் சுவற்றில் அதே அளவில் பிரதானத்துடன் ஒரு புடைப்புச்சிற்பம் பூவராக மூர்த்தியாக அமைந்திருப்பது குறிப்பிடத்தக்கது. பூவராக மூர்த்தி என்ற காட்சி அமைவானது விஷ்ணு, பன்றி உருவெடுத்துப் புவியை மீட்ட தொன்மம் சார்ந்ததாகும்.

இதற்கு அடுத்து, கிட்டத்தட்ட நாற்பது அல்லது ஐம்பது ஆண்டுகள் கழித்தே ஓர் உலகளந்தான் சிற்பம் இரண்டாவதாகப் பல்லவர் கலைகளில் இடம்பெற்றிருந்துள்ளது. அது,

காஞ்சிபுரம் கைலாசநாதர் கோயிலில் முதலாம் திருச்சுற்றின் சுற்றுக்கோயில்களில் 12ஆம் எண்ணுள்ள கோயிலில் இடம்பெற்ற சிறப்புடையது. (பார்க்க: நிழற்படம் – எண்: 26)

ஒரு காலக்கட்டத்தில் குடைவரைக்கோயில் மரபு கைவிடப்பட்டிருந்தது. இதனால், கோயில்கள் நிலைத்து நிற்க வேண்டும் என்ற உறுதியில் கடினக் கற்களால் அமைக்கப்படும் புதிய வழக்கம் மலர்ந்திருந்தது. அவ்வாறு புதிய கற்றளிகள் எழுப்பப்பட்ட நிலையில் கணிசமான இடைவெளிகளில் தமிழகம் முழுதும் ஏராளமான கோயில்கள் எழுப்பப்பட்டிருந்தன. என்றால் அதற்கும் முன்பாக, மண்டளி என்கிற சுதையும் செங்கல்லும் கொண்டு கட்டப்படும் கோயிற் கட்டடக்கலை மரபு இருந்திருந்தது என்பதாகும். இம்மரபு மிகச்சரியாகக் கந்து – கந்துடைப் பொதியில் – அம்பலம் – அரங்கம் – மன்றம் – கோட்டம் என்ற படிநிலைப் பரிமாற்றத்தின் அடுத்த பரிணாமமான மரத்தளி எனும் மரத்தால் கட்டப்பட்ட கோயில் மரபிற்கும் அடுத்து வழக்குற்ற பரிணாம மரபாகும். ஆக, சொற்ப அளவிலான கட்டுமானக்கோயில்களே மூத்த ஆழ்வார்களின் காலத்தில் இருந்துள்ளன. பூதத்தாழ்வாரின் கடைசிக் காலத்தில்தான் பாடகம் கோயில் எழுப்பப்பட்டிருந்தது. என்றால், அதுவே அமர்ந்த கோலத்திற்கான முதலாம் கோயிலாகும். எனினும், அக்கோயில் கட்டுவதற்கு முன்பே முதலாழ்வாரான பொய்கை ஆழ்வார் இறைவனடி சேர்ந்திருந்தார். இத்தனைக்கும் அவர் காஞ்சிபுரத்தில் பிறந்தவர். அவர் உயிருடன் இருக்கும்போது பாடகம் கோயில் கட்டப்பட்டு இருக்குமேயானால் நிச்சயம் அதனை அவர் பாடியிருப்பார். அவ்வாறு அமர்ந்த கோலத்துடனான பெருமாள் கோயில்கள் ஏதும் கட்டப்படவில்லை என்பதனால்தான் அமர்ந்த கோலத்திற்காக வைகுந்தம் எனும் மேலுலகத்தினைக் விண்ணகர் எனக் குறிப்பிட்டு அவர் ஈடுசெய்திருந்தார். அண்ட வெளியின் (cosmic) திருப்பாற்கடலும், மேலுலக வைகுண்டமும் அவ்வாறு ஆழ்வார்களால் குறிப்பிடப்படுவது மரபாக இருந்த ஒன்று. எனினும் அதே பெயர்களுடனான கோயில்கள் முறையே வேலூர் மாவட்டத்தில் அமைந்துள்ள ஊரான திருப்பாற்கடலிலும் திருநெல்வேலிக்கு அருகில் உள்ள வைகுண்டத்திலும் (ஸ்ரீ வைகுண்டம்) ஈடுசெய்ய பின்னர் எழுப்பப்பட்டவையாக உள்ளன. என்றால், அவர் தமது ஒரு பாடலில் முன்பு குறிப்பிட்டவாறு அமர்ந்த கோலப் பெருமாளுக்கு விண்ணகர் என்ற மேலுலகமான வைகுண்டத்தை அன்று ஈடுசெய்து குறிப்பிட்டுஇருப்பது காரணத்துடன் பொருந்திவருகிறது. பிற கோலங்களுக்கு அவர் இங்குள்ள கோயில்களைக் குறிப்பிட்டிருந்தார் என்பதாகும்.

திருமழிசை ஆழ்வாரால் பாடப்பட்டிருந்த 'கஜேந்திர மோட்சம்' எனும் தொன்மம், பல்லவர் கலைகளில், ஏன் சோழர் கலைகளிலும்கூடக் காட்சிக்கு உட்படுத்தப்படவில்லை. ஆழ்வார்களின் வரிசையில் திருமழிசை ஆழ்வார், பொய்கை, பூதம், பேய் ஆகியோருக்கு அடுத்த நிலையில் நான்காவதாகப் போற்றப்படுபவர். ஆலிலைக் கண்ணன், இராம அவதாரம், கண்ணனாகச் செய்த வதங்கள் போன்றவற்றையும் அவர் பாடியிருந்துள்ளார். எனினும், பல்லவர்கள் திருமாலின் பல்வேறு தொன்மங்களுக்குரிய அனைத்துக் காட்சிகளையும் படிமமொழியில் மொழிபெயர்த்தனரா என்றால் இல்லையென்றே சொல்லவேண்டும். மாறாக, எவையெல்லாம் தமக்குப் பொருந்திவருகிறதோ அவற்றின் கதைகளுக்குரிய ஒற்றைச் சிற்பத்தினை அல்லது ஒரு சட்டகக் காட்சிக்குள் அடங்கும் இன்னும் பிற தெய்வங்களுடனான குழுப்படிமத்தினை நுணுக்கமாகத் தெரிவு செய்து படைப்புக்குள் உட்படுத்தியிருந்தனர்.

என்றால், காஞ்சிபுரத்தில் பெருமாளுக்கான நின்ற கோலத்துடனான கோயிலை இரண்டாம் நந்திவர்மன் அல்லது அதற்கும் முன்பாக ராஜசிம்மன் காலம்வரை பார்த்திருக்கவே முடியாத நிலையைக் காண்கிறோம். மேலும், மூத்த ஆழ்வார்கள் மூவரும் நின்ற கோலத்திலான பெருமாளுக்காகத் திருவேங்கடத்தினையும், திருமாலிருஞ்சோலையையும் (அழகர்கோயில்) திருக்கோட்டியூரையுமே குறிப்பிடுகின்றனர்.

நம் புரிதலின்படி, ஒரு கோயிலை எழுப்ப ஓர் அரசனுக்கு இரு காரணங்களை முன்னிறுத்துகிறோம். அவை: 1. அரசனொருவன் தமது இளமைக்காலத்தின் அதிதீவிரச் செயல்பாடுகளினால் தம் நாட்டின் திடத்தன்மையை உறுதி செய்யும் பொருட்டு நிகழ்த்திய போர்களின் மூலம் அடைந்த வெற்றியைக் கொண்டாடும் நிலையில் எழுப்பப்படும் கோயில்கள் எனவும்; 2. அவ் அரசன் நிலைத்த, நீடித்த ஆட்சியை நல்கிய நிலையில் வயதின் முதிர்வினிடையே இயல்பாய் ஈடுபாடுறும் ஆன்மிக நாட்டத்தின் விளைவாய் எழுப்பப்படும் கோயில்கள் என்பனவுமாகும். இவையன்றிப் பழங்கோயில்களைப் புனரமைத்தல், சீர்செய்தல் போன்றவை இதன் சீர்மையில் அமையா; இதனைச் செய்திட வயதும் அனுபவமும் இன்னபிற காரணங்களும் தேவையில்லை.

ராஜசிம்மன், நின்ற, அமர்ந்த கோலத்துடனான பெருமாளை மூலவராகக் கொண்ட துணைக்கோயில்களை முன்பு திருவெஃகாவின் கோயிலில் அமைத்துவைத்தான். முந்தைய ஆய்வு நூலான "சோழர்கால விஸ்வரூபச் சிற்பங்கள்" எனும் நூலில் இதனைக் கருதுகோளாகவே கூறியிருந்தோம். எனினும்

வாய்ப்பும் உண்டு. மிகப்பழம்பெரும் கோயிலான திருவெஃகா கிடந்த கோலத்திற்கான கோயிலாகும். எனவேதான் ராஜசிம்மன் அங்கு மேலும் இரு தோற்றங்களுக்கான கோயில்களை எழுப்பி, கிடந்த, இருந்த, நின்ற என்கிற முக்கோல மரபினை அங்குதான் தொடங்கிவைத்திருப்பான் எனக் கூறியிருந்தோம். இது ஒரு வகையாகக் கருதப்பட்ட கோணம் எனினும், நாம் மற்றொரு கோணத்துடனும் இதனை அணுகியிருந்தோம்.

முன்பு, சிறிய வயதிலேயே ஆட்சியேற்றவனான இரண்டாம் நந்திவர்மன் நாடிழந்து அண்டைநாட்டில் அண்டிக்கிடந்துள்ளான். இதனால் தக்க தருணத்திற்காகப் பொறுமையுடன் பலகாலம் காத்துக்கிடந்து பின் வெற்றியுடன் அதனை எட்டினான். அவ்வாறு தனித்துச் சுதந்திரனாகிப் பேரரசனாய் நின்ற அப்பெருவெற்றியைக் கொண்டாட தாம் முதலாக அமைத்த கோயிலே "சோழர்கால விஸ்வரூபச் சிற்பங்கள்" எனும் நூலில் விவாதிக்கப்பட்டிருக்கும் திருவூரகக் கோயிலாகும். அவன் அக்கோயிலில் நின்ற கோலப் பெருமாளின் சிற்பத்தினை மூலவராக நிறுவியிருந்தான் என்று குறிப்பிட்டிருந்தோம்.

அடுத்து இவனது மகன் தந்திவர்மனின் ஆட்சியில் பெரும்பாலான பகுதிகள் பிற அரசர்களால் ஆக்கிரமிக்கப்படவே வலி குன்றிச் சுருங்கிக்கிடந்தது பல்லவப்பேரரசு. ஏன், கப்பம் கட்டும் நிலைக்கும் கீழிறங்கி, முன்பு எப்போதும் இல்லாத ஒரு கெடும்சூழலில் உழன்றதாகவே இக்காலக் கட்டம் அறியப்படுகிறது. 'இனி அவ்வளவுதான், பல்லவப்பேரரசு தனது முடிவுரையை எழுதிவிட்டது' என நிலவிய கடைசி மூச்சின் தருணத்திலும் கூட இளஞ்சிங்கமாய் வீறுகொண்டு பல்லவர்குலத்தைப் பூண்டோடு ஒழிக்க திரண்டுவந்த பாண்டியனைப் புறமுதுகிட்டோடச்செய்து தெள்ளாற்றுப்போரில் வெற்றிபெற்றவனாய் மூன்றாம் நந்திவர்மன் பெரிது நிற்கிறான். அது மட்டுமன்றி இழந்த தம் பகுதிகளை மீட்க பலவிடங்களில் பல அரசர்களுடன் போர்புரிந்தவனாய்த் தொண்டை மண்டலத்தின் முழுப்பரிமாணத்தையும் தக்கவைத்தான். வலிமை மிக்க, அசைக்கமுடியாத பேரரசினை நிறுவினான். அந்நிலையில் விரிந்துகிடந்த தம் பெருநாட்டினை அளந்து எல்லையை வரையறை செய்தான். அஃதோர் அரிய முயற்சியாகப் போற்றப்பட்ட நிலையில் அதனைக் கொண்டாட வேண்டியவனான்.

ஆம், அது கொண்டாடப்படவேண்டிய வெற்றியே. மக்களும் அதே கொண்டாட்ட எண்ணத்தில் இருந்திருப்பர். எனவேதான், எதிரிகளின் தலையை வீழ்த்தி, தம் நிலத்தினை மீட்டவனாய், உலகமளந்த நிலையில் தற்குறிப்பேற்றத்திற்கான

குறியீட்டுருவமாகத் தனது இறைவனான திருமாலையே உலகளந்த பெருமாளாக நிறுவியிருந்தான். தம் பாட்டன் எழுப்பிய அதே கோயிலை மறுதிருத்தம் செய்து, நின்ற கோலத்தின் சிற்பத்திற்குப் பதிலாக நடந்த கோலத்துடனான சிற்பத்தை நிறுவியிருந்தான். அச்சிற்பம் விஸ்வரூபத் தோற்றம் என்பதால் அதனை வழக்கத்திற்கு மாறாக ஒன்பது அடி உயரத்துடன் அரிதாக அமைத்துவைத்தான்.

இவ்வாறான உளவியலில், வேந்தனொருவன் தாமடைந்த வரலாற்றுச் சிறப்புமிக்க பெரும்நிலையைத் தற்குறிப்பேற்றத்துடன் இருபொருள்பட அமைக்கப்பட்டதாய்ப் பாடகத்தின் பாண்டவத்தூதப் பெருமாள் கோயிலின் அமர்ந்த நிலைச் சிற்பமும் திருவூரகத்தின் உலகளந்தான் சிற்பமும் வழக்கத்திற்கு மாறான அதி உயரச் சிற்பங்களாய்ப் பெரிது நிற்கின்றன.

இவை, திறந்தவெளியில் அமைக்கப்படும் தற்போதைய உயரமான சிற்பங்கள் போன்றவை அல்ல. அவ்வாறு உயரமாக அமைக்கப்படும் இந்தச் சமகாலச் சிற்பங்களுக்கெனப் பெரிதாக ஏதொரு கருத்தியற் பின்புலமும் இல்லை. இவை புதியதாக மரபுற்றிருக்கும் ஒரு பொதுவிருப்பத்தின் கீழானவை, அவ்வளவே. எனினும், பாடகம் மற்றும் ஊரகத்தின் சிற்பங்கள் அவ்வாறு திறந்தவெளியில் உயரமாக நிற்கும் சிற்பங்கள் போன்றல்லாமல் கோயில் ஒன்றின் கருவறையின் மூலவர் சிற்பங்களாகக் கணிசமான உயரத்துடன் அமைக்கப்பட்டதாய் உள்ளன. என்றால், இவை அளக்க இயலாத இயல்புடன் அண்டம் முழுதும் பரவி நெடியம் காட்டும் விஸ்வரூபச் சிற்பங்கள் என்பது குறிப்பிடத்தக்கது.

தவிர்க்கப்பட்ட துவாரபாலகர் சிற்பங்கள்

வெளியில் (space) விரவி நெடிதுயர்ந்த அத்தோற்றத்தினைக் கருவறைக்குள் நிறுத்தியுள்ள நிலையில் அக்கருவறையானது விளிம்புகளற்ற அண்டத்திற்கான கட்டுமான உருவம் என இனி புரிதல் பெறலாம். அவ்வாறு அவ்விரு கோயில்களின் கருவறைகளில் உள்நிறுத்தப்பட்டுள்ள இறைவன், வெளியில் நெடிதுயர்ந்தவனாய்த் தோற்றம் தருகிறான் என்பதனால்தான் இக்கோயில்களில் துவாரபாலகர் சிற்பங்கள் அமைக்கப்படவில்லை என்ற மற்றுமொரு நுட்பமான புரிதலை இவ் ஆய்வு வெளிக்கொணர்ந்துள்ளது.

கருவறையினுள் குறியீடாகவோ உருவ அமைதியுடனோ உறையும் இறைவனை, வெளியில் நிற்கும் துவாரபாலகரின் சிற்பத்தின் மூலம், இறைவன் எத்தகைய பெருவடிவினன்

என்பதைக் காட்டும் வழக்கமான காட்சியியல் நுட்பம் இங்குத் தவிர்க்கப்பட்டுள்ளது. ஏனெனில், இறைவனின் உருவம் இங்கு அரூபக்குறியீடாக அமைக்கப்படாமல் அல்லது சராசரி அளவுகளுடன் அமைத்துவைக்கப்படாமல் நேரடியாகவே நெடிதுயர்ந்த விஸ்வரூபச் சிற்பமாகக் காட்சிபடுத்தப்பட்டுள்ளது. எனவே, அங்குத் துவாரபாலகர் படிமம் மூலமாக உணர்த்தப்படும் வழக்கமான ஒரு நுட்பம் அவசியமில்லாமற்போனது. இத்தகைய அரிய கலைஆளுமை மிகத் தெளிவாக இங்குக் கையாளப்பட்டுக் கிடப்பதை இதுநாள் வரையிலும் எவரும் உணர்ந்ததாகத் தெரியவில்லை.

இத் துவாரபாலகர் சிற்பத்தின் மூலமாகத்தான் அன்றைய சிற்பக்கலைஞன், அளவுக்குறுக்க அணுகுமுறையில் (scale down) அளவுப் பெருக்கத்தினை (scale up) எளிதாகச் சாத்தியமாக்கியிருந்தான். அவ்வகையில், உள்ளிருக்கும் இறைவனின் உருவத்தோற்றத்தினை அளவிற்குள் அடங்காத எத்தகைய பேருருவத்துடனானவன் என்பதைத் தெளிவுறுத்த அவ் வாயிற்காப்போனின் ஆயுதமான கதாயுதத்தினைப் (mace) பயன்படுத்தியிருப்பான். அவ்வகையில் அக் கதாயுதத்தின் கீழ்பாகத்தினைச் சுற்றியுள்ளதாகப் பாம்பு ஒன்று காணப்படும். உண்மையில் அப்பாம்பு எவ்வளவு பெரியது என்பது பின்னர் ஒப்பிடுகையில் புரியவரும். என்றால் அது ராட்சசத்தனமான மிக மிக நீளமான பாம்பு என்பதாகும். இந்நிலையில் அப்பாம்பு ஒரு யாளியை விழுங்குவதாகவும், அவ் யாளி ஒரு யானையை விழுங்குவதாகவும் செதுக்கப்பட்டிருக்கும். இவை யாவும் கதாயுதத்தின் கீழ்ப்பகுதியிலேயே அடங்கிவிடுகிற நிலையில் அக் கதாயுதத்தின் அளவினை இப்போது உணரவியலும். என்றால் அக் கதாயுதத்தினைத் தாங்கியிருக்கும் அத் துவாரபாலகனின் உயரமும் பருமனும் அடுத்த புரிதலாகலாம். இதனின் அடுத்த கட்டமாக இவனே இவ்வளவு பெரிதானவன் என்று உணருகிற நிலையில் உள்ளிருக்கும் இறைவனின் அளவிற்கரிய பிரம்மாண்டத் தோற்றம் இனி மனக்கண் முன் விரியும். ஆக, அவ்வாறு துவாரபாலகரின் மூலம் உள்ளிருக்கும் இறைவனின் பேராற்றலுடனான பேருருவத்தினை அழகியல் விளக்கத்துடன் சொல்லவேண்டிய அவசியம் இவ்விரு கோயில்களுக்கும் இல்லாமல்போனதே நம் அடுத்தகட்டப் புரிதலாகிறது. ஏனெனில், இறைவனே நேரடியாகப் பேருருவம் காட்டி நிற்கிறான் என்பதாகும். அதுவும், இயல்பான பேருருவத்தினையும் தாண்டி விஸ்வரூபியாகக் காட்சிதருகிறான். இத்தகைய நுணுக்கமான ஆளுமையுடன் காட்சிப்படுத்தப்பட்டுள்ள பாடகம் மற்றும் ஊரகத்தின் சிற்பங்கள் இரண்டும் திருமால்பெருமை கூறும்

தொன்மக்கதையின் உருவமொழி காட்டுபவை. மக்கள் அதனை உணர்ந்து வழிபட அமைத்துவைக்கப்பட்டவை. இது ஒரு நேரடியான கருத்தாக அமைந்திருப்பினும், குறிப்பிட்ட அத்தகைய தோற்றத்துடனான சிற்பத்தினை அமைக்க, அரசியல் சார்ந்த ஆளுமைத்திறம் நிகழ்த்திய குறிப்பிட்ட சில அரிய நிகழ்வுகளே மறைமுகக் காரணங்களாக இருந்திருந்தது. இப்புதிய செய்தி நாம் நிகழ்த்திய ஆய்வுகளால் கிடைக்கப்பெற்றதாகும்.

அப்புதிய செய்திக்கிணங்க இவ் ஆய்வு அவ்விரு கோயில்களின் புலப்பாட்டியற் சிறப்புகளாக இரண்டு காரணங் களை முன்னிறுத்துகிறது. முதலாவதாக, கோயில்களின் கருவறை களில் உள்நிறுத்தப்பட்டுள்ள இறைவன் விஸ்வரூபியாகக் காட்சிதருகிறான். இரண்டவதாக, அவை நேர்முகத்துடனான தொன்மப் பின்னணியையும் மறைமுகத்துடனான வரலாற்றுப் பின்னணியையும் கொண்டவையாயுள்ளன. என்றால், அவை இரண்டும் நேர்முகப்பொருளில் தத்தம் தொன்மக் கதைகளின் பின்னணிக்கிணங்க தோற்றப்படுத்தப்பட்டுள்ள வழிபாட்டிற்குரிய மூலவர் சிற்பங்களாகும். ஆக, இது இறைவணக்கம் சார்ந்ததாகும்.

எனினும், அவை மறைபொருளில் முன்பு பல்லவ வேந்தர்களான ராஜசிம்மன், இரண்டாம், மூன்றாம் நந்திவர்மன் ஆகியோரும், பின்னர் சோழவேந்தனான முதலாம் குலோத்துங்கனும் எனத் தாம் ஈட்டிய வரலாற்றுச் சிறப்புகளை இணைப்படுத்தி உவமித்துக் கொண்டாடும் குறியீட்டுக் கலை மூலகங்களாகும். ஆக, இவை அரச வணக்கம் சார்ந்தவையாகும். என்றால் இலக்கியத்தின் பொருள் மயக்கத்துடனான சிலேடையின் தன்மையில் இரட்டுற மொழிந்த சிறப்பு கொண்டது.

ராஜசிம்மனின் பெரும்கொடை

ராஜசிம்மன் எனும் இரண்டாம் நரசிம்மவர்ம பல்லவன் இரு பெரும் அரிய சிறப்பினை நிறைவேற்றியவனாகப் பெரிது நிற்கிறான். அவை 1. திருமாலின் மேலுலக வைகுண்டத்தைப் பூலோகத்தில் (காஞ்சிபுரத்தில்) பிரதி செய்த நிலையில் அது பாடகத்தின் "பாண்டவத்தூதப்பெருமாள் கோயில்" ஆகும். அவ்வாறே 2. சிவபெருமானின் கயிலாயத்தைக் காஞ்சிபுரத்தில் பிரதிசெய்த நிலையில் அது கைலாச நாதர் கோயில் எனும் 'ராஜசிம்மேஸ்வரம்' என்பது குறிப்பிடத்தக்கது. விஸ்வரூபத்துடன் அமர்ந்த கோலத்தில் வைகுந்தவாசனாக வீற்றிருக்கும் பாடகத்தின் கோயிலே அன்று வைகுந்தப்பெருமாள் என இயற்பெயருடன் வழங்கப்பட்டிருத்தல்வேண்டும். ஆம்! அப்படித்தான் ராஜசிம்மன் அன்று அதனை வழங்கியிருந்திருப்பான் என உறுதியாகக்

கூறலாம். மேலும், மற்றொரு பெயராக "ராஜசிம்ம வைகுந்தம்" என்றும் வழங்கப்பட்டிருந்திருக்கலாம்.

முதலாம் குலோத்துங்கன் பல்லவரின் பாடகத்தின் கோயிலையும் ஊரகத்தின் கோயிலையும் மீண்டும் திருத்தியமைத்து அவற்றில் மிக உயரமான விஸ்வரூபச் சிற்பங்களை அமைத்துவைத்தான் எனினும், பல்லவர்களால் எழுப்பப்பட்டிருந்த பிற பெருமாள் கோயில்களைச் செப்பனிட்டுச் சிலவற்றைக் கருங்கல் கற்றளிகளாகவும் மாற்றியிருந்தான். எடுத்துக்காட்டுகளாக, அத்தி வரதப்பெருமாள், அட்டபுயக்கரப் பெருமாள், திருவேளுக்கைப் பெருமாள், வைகுந்தப் பெருமாள் கோயில் என இன்னும் பிற அவ்வரிசையில் அடங்குவன ஆகும். ஆனால், அவை எவற்றிலும் மூலவர் சிற்பங்களை வழக்கத்திற்கு மாறாக அதி உயரத்துடன் அவன் அமைத்துவைக்கவில்லை. என்றால், நாம் ஆய்வு செய்து முடிவு கண்டதற்கு இணங்க இவ் ஆய்வின் கோயில்களான திருப்பாடகமும் திருவூரகமும் முன்பு எதற்கான கருத்திற்காகத் தற்குறிப்பேற்றத்துடன் நினைவுக் கட்டுமானங்களாகப் பல்லவர்களால் அமைக்கப்பட்டிருந்தனவோ அதே சிறப்பினை எட்டியவனாய்க் குலோத்துங்கன், பல்லவரை விட இருமடங்கு சாதித்திருந்த நிலையில் தற்குறிப்பேற்றத்துடன் தாம் சார்ந்த குறியீடாக அவற்றினை மாற்றியமைத்திருந்தான் என்பதாகும்.

அவ்வாறு, கந்து, கந்துடைப் பொதியிலில் தொடங்கி பரிமாற்றமும் பரிணாமமும் பெற்றுவந்த வழிபாட்டின் சிற்ப, கட்டடக்கலை மரபானது பல்லவர்களால் நுட்பமாகக் கையாளப்பட்டிருந்த நிலையில், ஓர் இலக்கிய புலப்பாட்டுத்துவத்தின் இரட்டுறமொழிதற் தன்மையில், கலையை உயர்ந்த உத்தியுடன் கையாண்டிருப்பது கல்வியாகப் பெரிது நிற்கிறது. இந்நுட்பத்துடனான வெளிப்பாட்டியல் மரபினை மற்றுமொரு மடங்கில் விமரிசையாகக் கொண்டாடியவனாய்க் குலோத்துங்கன் நெடிதுநிற்கின்றான்.

அவ்வாறு, கந்து, கந்துடைப் பொதியிலில் தொடங்கி கந்திற் பாவையாகவும் பின் தனித்துவப் பாவைகளாகவும் பரிணமித்தன. சிற்பத்தைப் பொருத்தவரை பாவையானது பின், காரணத்தின் பேரில் நெடும்பாவையாக உயர் பரிணாமம் பெற்றிருந்தது. அவ்வாறு பரிமாற்றமும் பரிணாமமும் பெற்றுவந்த வழிபாட்டிற்குரிய சிற்ப, கட்டடக்கலை மரபானது பல்லவர்களாலும் சோழர்களாலும் நுட்பமாகக் கையாளப்பட்டிருந்த நிலையில், ஓர் இலக்கிய புலப்பாட்டுத்துவத்தின் இரட்டுறமொழிதல் அடிப்படையில் கலையை உயர்ந்த உத்தியுடன் கையாண்டிருப்பது கல்வியாக பெரிது நிற்கிறது.

கடைக்குறிப்புகள்

1. மயிலை. சீனி. வேங்கடசாமி, *சங்ககால வரலாற்று ஆய்வுகள்*, எம். வெற்றியரசி பதிப்பகம், சென்னை, 2001, பக் 166, 167.
2. ஆய்வறிஞர் வி. கனகசபை அவர்களின் கணிப்பின்படி செங்குட்டுவனின் ஆண்டு குறிப்பிடப்பட்டுள்ளது. V. Kangkasabhai, *The Tamils Eighteen Hundred Years Ago*, The South India Saiva Siddhanta Works Publishing Society, Chennai, 1956, p 88.
3. மயிலை. சீனி. வேங்கடசாமி, *மகேந்திர விக்கிரமவர்மனின் மத்தவிலாசம்*, நாம் தமிழர் பதிப்பகம், சென்னை, 2006, ப 24.
4. மணிமேகலை: 6 : 86.
5. K.K. Pillai, *A Social History of Tamils*, Vol, 1, p 484.
6. திருமந்திரம், பாடல் எண்: 1520.
7. மயிலை. சீனி. வேங்கடசாமி, *மகேந்திரவிக்கிரமவர்மனின் மத்தவிலாசம்*, நாம் தமிழர் பதிப்பகம், சென்னை, 2006, ப 11.
8. SII, Vol II, Part III, p 357.
9. தி.நா. சுப்பிரமணியன், சிறப்புத் தொகுப்பாளர் *பல்லவர் செப்பேடுகள் முப்பது*, உலகத் தமிழாராய்ச்சி நிறுவனம், சென்னை ப 175.
10. David Lorenzen, *The Kapalikas and Kalamukhas, Two Lost Saivite Sects*, Motilal Banarsidas, 1972, p 69.
11. Ibid, p 44.
12. R.C. Majumdar, Ancient India, Motilal Banarsidas Delhi, *2007*, p *433*.
13. David Lorenzen, p 90.
14. டாக்டர். கே.கே. பிள்ளை, *தமிழக வரலாறு மக்களும் பண்பாடும்*, உலகத் தமிழாராய்ச்சி நிறுவனம், சென்னை, 2009, ப, 194.
15. கடந்த 2015ஆம் ஆண்டளவில் இக்கோயிலை ஒரு நாள் முழுதும் இருந்து அளந்து வரைந்து கற்றுள்ளேன். இக்கோயில் பற்றி ஒரு நூல் எழுதத் திட்டமிட்டுள்ளேன்.
16. திருப்பணி மாலை எனும் நூல் குலசேகர பாண்டியனின் திருப்பணியைப் பின்வரும் பாடலால் குறிப்பிடுவதை அறியலாம்.

மலைமகள் கோயிலு நாயகர் கோயிலு மாமதிலு மலர்கதிர்ச் சூரிய நாதிசண்டேச்சுர னந்தமதா யிலகிய சுற்றத் திருந்தயர் கோயிலும் யாவுஞ்செய்தான் பல்கலை தேரு முகில்குல **சேகர பாண்டியனே**. பொ. பாண்டித்துரைத் தேவர், திருவாலவுடையார் திருப்பணிமாலை, மதுரை தமிழ்ச் சங்க முத்திராசாலை, மதுரை. ப – உ.

17. A.V.Jeyachandrun, *The Madurai Temple Complex*, Madurai Kamaraj University, Madurai, 1985, p 14.

18. D.C.Sircar, *Studies in the Religious life of Ancient and Medieval India*, Motilal Banarsidass, Delhi, (date na), p 20.

19. Kailash Chand Jain, Malwa through the Ages, Motilal Banarsidass, Delhi, 1972, p 153.

20. D.C.Sircar, p 20.

21. Benjamin Rowland, *The Art and Architecture of India*, Penguin Books, 1970, p 71, fig: 22.

22. A.L.Basham, *The Wonder That Was India*, Picador, London, 2004, PL 10 b.

23. மயிலை. சீனி. வேங்கடசாமி, *மத்தவிலாசம்*, ப 7.

24. I.K. Sharma, *The Development of Early Saiva Art and Architecture*, Sandeep Prakashan, Delhi, 1982, p 60.

25. T.V.Mahalingam, *Kanchipuram in Early South Indian History*, Asia Publishing House, New YorK, 1963, P 124.

26. Cf. Dr. S.A.V.Elanchezian, Architectural Erection of the Sculptural Lingodhbava in a Space and Space and the Space, (Research Paper), IJREST, E - ISSN: 2349 - 7610, Vol - 2, Issue - 2, 2015, pp 55 - 61.

நிழற்படங்கள்

நிழற்படம்: 1. **யட்சி** (டிடார்காஞ்ச், முந்தைய 2ஆம் நூற்றாண்டு)
(பாட்னா அருங்காட்சியத்தில் காட்சிப்படுத்தப்பட்டுள்ளது)

நி.படம்: 2. சாலபஞ்சிகா யட்சி (பிந்தைய 1ஆம் நூற்றாண்டு)
(தற்போது பிரிட்டிஷ் அருங்காட்சியகத்தில் உள்ளது)

நி.படம்: 3. இருந்த கோலத்துடனான குறுஞ்சிற்பம் – நிலைக்கதவத்தின் மேல்சட்டகம் – தசாவதாரக் கோயில் – தியோகர் (உத்தரப்பிரதேசம்)

(மேல்தரப்பட்டுள்ள 1, 2, 3 படங்களும் வெகு கீழாக இடம்பெற்றிருக்கும் 18ஆம் நிழற்படமும் இணையத்திலிருந்து எடுத்தாளப்பட்டவை)

(கீழேதரப்பட்டுள்ள அனைத்து நிழற்படங்களும் நூலாசிரியரால் களப்பணியின் போது எடுக்கப்பட்டவையாகும்)

திருக்கோவிலூர் உலகளந்த பெருமாள் (திரிவிக்கிரமன்) கோயில் விளக்கப்படங்கள்

நிழற்படம்: 4. முகப்பின் கிழக்கு எழு நிலைக் கோபுரம்

நி.படம்: 5. மேற்குக் கோபுரமும் சேய்மையில் தெரியும் கிழக்கு 11 நிலை இராய கோபுரமும்

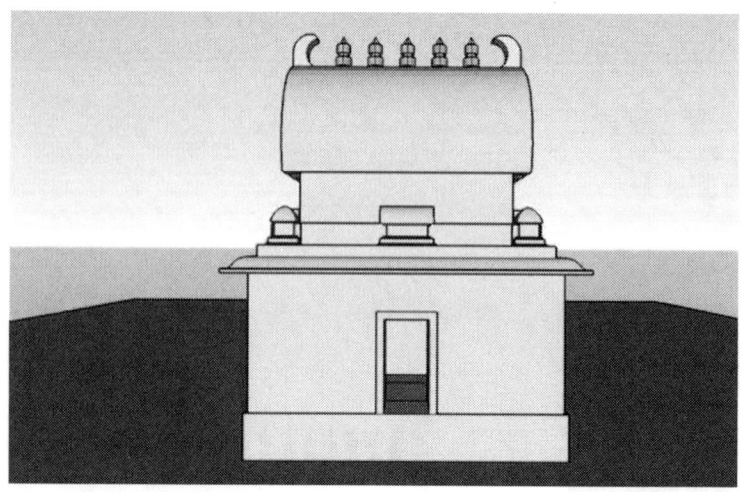

கட்டுமான உத்தேச முப்பரிமாணப் படம் – 1
ஒருதள விமானம் – உ.அ.பெ. கோயில் – திருக்கோவிலூர் கருவறை விமானம்

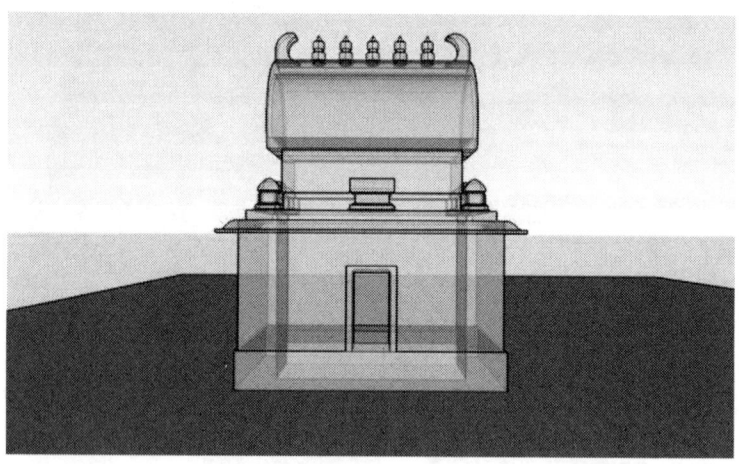

க.உ.மு. படம் – 2
திருக்கோவிலூர் உ.அ.பெ. கோயில் – அகப்புற ஊடுரு (Transparant image)

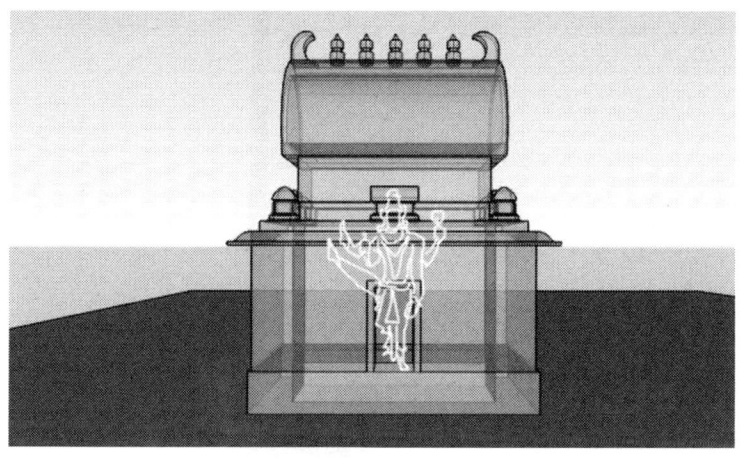

க.உ.மு. படம் – 3
திருக்கோவிலூர் உ.அ.பெ. கோயில் – மூலவர் சிற்பத்துடனான
அகப்புற ஊடுரு
கருவறை விமானம் மற்றும் உள் நிற்கும் மூலவர் சிற்பத்திற்கும் இடையேயான
அளவு விகிதத்தைக் காட்டும் படம்
13 அடி உயரத்துடனான உலகளந்தானின் சிற்பம் அக்கருவறைக்
கட்டுமானத்தில் எவ்வளவு உயரத்துடன் உள் நிற்கிறது என்பதைப்
புரிந்துகொள்ள அளிக்கப்பட்டிருக்கும் சிறப்புப் படம்

நி.படம்: 6. மூன்றாம் பிரகாரத்தின் வெளியே நிறுத்தப்பட்டிருக்கும் யூபத்தூணான கருடத்தூண் உ.அ.பெ. கோயில் – திருக்கோவிலூர்

நி.படம்: 7. கருடத்தூண் உருபெருக்கத்தோற்றம்

நி.படம்: 8. யூப நெடுந்தூண் – ஆதிகேசவப்பெருமாள் கோயில் – கூரம்

நி.படம்: 9. மலையடிப்பட்டிக் குடைவரைக் கோயிலின் கருடத்தூண்

நி.படம்: 10. யூப நெடுந்தூண் – திருஈங்கோய் மலை

நி.படம்: 11. கருவறை விமானம் சேய்மைத் தோற்றம்

நி.படம்: 12. கருவறை விமானம் – அண்மைத் தோற்றம்
(உருப்பெருக்க ஆடியினால் எடுக்கப்பட்ட படம்)

நி.படம்: 13. கருவறைப் புறச்சுவர் மேற்குத் திசை

நி.படம்: 14. கருவறை அடியம் (அதிட்டானம்)

நி.படம்: 15. திருநீர்மலை – அரங்கநாதப்பெருமாள் கோயில் – முகப்புத்தோற்றம்

நி.படம்: 16. மூடிய வளாகமாக இருக்கும் அரங்கநாதர்கோயிலின் பின்புறமாக அமைந்திருக்கும் திரிவிக்கிரமன், யோகநரசிம்மர் கோயில்கள்
1. அரங்கநாதர் கோயில் 2. யோகநரசிம்மர் கோயில் 3. திரிவிக்கிரமன் கோயில்
4. இடைவெளி 5. உட்திருச்சுற்று தொடங்கும் வாயில்
5. சந்தாரப் பிரகாரம் 6. உட்திருச்சுற்று

நி.படம்: 17. கோயில் வெளித்திருச்சுற்று
1. மாடக்கோயிலுக்குரிய உயர்ந்த பீடம்
2. மேற்பகுதியில் கோயில்கள் உள்ள இடம்

நி.படம்: 18. குடிமல்லம் பரசுராமேஸ்வரர் கோயில் கந்திற்பாவை – இலிங்கம் முந்தைய 2ஆம் நூற்றாண்டு
(இணையத்திலிருந்து எடுத்தாளப்பட்டுள்ள படம்)

நி.படம்: 19. காஞ்சி சங்கராச்சாரியார் சந்திரசேகர சுவாமிகள் நூற்றாண்டு விழா நினைவுத்தூண் – காஞ்சிபுரம்

நி.படம்: 20. நினைவுத்தூணின் உருப்பெருக்கம் (உச்சியில் இருக்கும் கலசமும் உருப்பெருக்கிக் காட்டப்பட்டுள்ளது)

நி.படம்: 21. சுடலைமாடன் சாமி
அத்தாளநல்லூர் – திருநெல்வேலி மாவட்டம்

நி.படம்: 22. காபாலிகர் வாழ்வியல் இயல்பைச் சித்திரிக்கும் சிற்பங்கள்

நி.படம்: 22.1

நி.படம்: 22. 2

நி.படம்: 22. 3

நி.படம்: 22. 4

நி.படம்: 22. 5

நி.படம்: 22. 6

நி.படம்: 23. கச்சி மயானீஸ்வரர் கோயில் (அம்புக்குறியிட்டுக் காட்டப்பட்டுள்ளது)
(காஞ்சிபுரம் ஏகாம்பரேஸ்வரர் கோயிலின் மூன்றாம் பிரகாரத்தில் அமைந்துள்ள
மகாமண்டபத்தில் இடம்பெற்றுள்ள மேற்கு நோக்கிய **கச்சி மயானீஸ்வரர் கோயில்**)

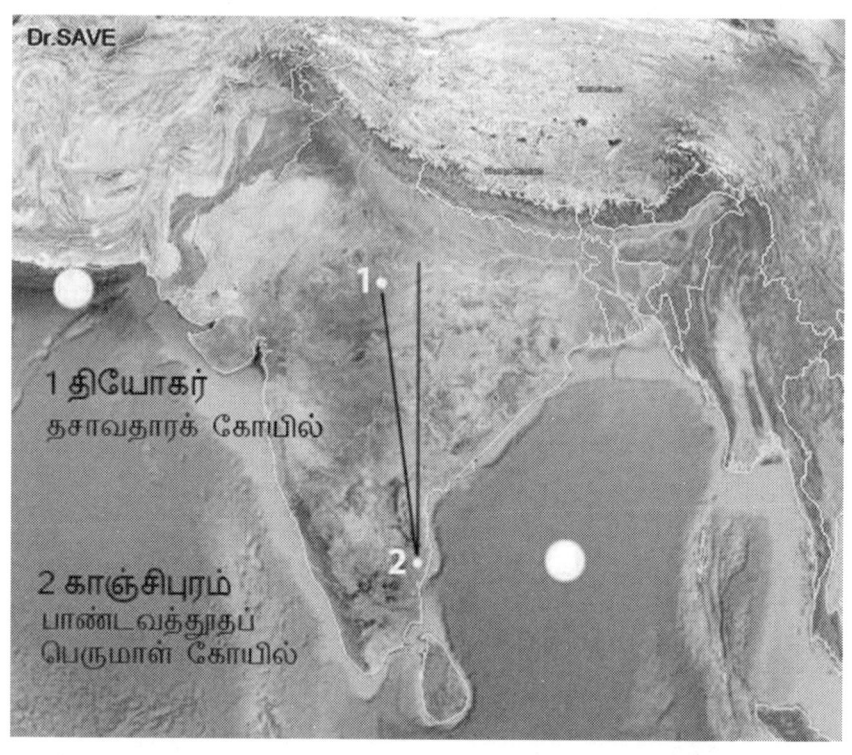

கூகுள் புவி வரைபடம் – 24. தசாவதாரக் கோயில் – தியோகர் – லலித்பூர் மாவட்டம் – உத்தரப்பிரதேசம்.
பாண்டவத்தூதப்பெருமாள் கோயில் – காஞ்சிபுரம் – தமிழ்நாடு.
(வெள்ளை வட்டங்கள் இரண்டும் கிழக்கு, மேற்கின் சூரியனைக் குறிப்பதாகும்)

அவ்விரு கோயிலின் அமைவு 90 பாகை (டிகிரி) நீள் கோட்டிலிருந்து மேற்கு நோக்கிச் சற்று விலகி அமைந்துள்ளது காண்க. கிழக்கு நோக்கிய கோயிலாகப் பல்லவர் கோயிலும் மேற்கு நோக்கிய கோயிலாகக் குப்தர் கோயிலும் அமைந்துள்ளன. என்றால், தோன்றலும் மறைதலும் என இருதிசைக்குரிய சிறப்புக்கோயில்களாக அவை அப்போது கருத்தில் கொள்ளப்பட்டுள்ளன என்பதாகும்.

நி.படம்: 25. உலகளந்தான் – வடதிசைச்சுவர் சிற்றறை முன் மண்டபம் – வராகக் குடைவரை (பூவராக மூர்த்தியின் சிற்பம் குறியிட்டுக் காட்டப்பட்டுள்ளது)

நி.படம்: 26. திருச்சுற்றுக்கோயில் எண் 12இன் உலகளந்தான் புடைப்புச்சிற்பம் – கைலாசநாதர் கோயில் – காஞ்சிபுரம்

நி.படம்: 27. கங்காளமூர்த்தி இறைக்கோட்டச் சிற்பம் – கைலாசநாதர் கோயில் – காஞ்சிபுரம்

நி.படம்: 28. திருப்பதி, திருமலைக் கோயிலுக்குச் செல்லும் பிரதான சாலையில் அமைக்கப்பட்டுள்ள கருடத்தூண்

நி.படம்: 29. நி.படம்: 28இன் உருப்பெருக்கத்தோற்றம்

இளஞ்செழியனின் பிற நூல்
(காலச்சுவடு வெளியீடு)

சோழர்கால விஸ்வரூபச் சிற்பங்கள்
ரூ. 175

காஞ்சிபுரத்தின் புகழ்பெற்ற திருப்பாடகம், திருவூரகம் கோயில்களின் விஸ்வரூபச் சிற்பங்களைக் குறித்த கட்டடவியல் சார்ந்த ஆய்வு நூல் இது. மீண்டும் மீண்டும் களஆய்வுகள் பல மேற்கொண்டு ஆதாரங்களை உறுதிசெய்து இந்நூல் எழுதப்பட்டுள்ளது. கோயில்களின் அமைப்பை விஸ்தாரமாய் விளக்கும் இந்நூலில் கட்டடக்கலை தவிர வரலாற்று, இலக்கியச் செய்திகளும் கொட்டிக்கிடக்கின்றன. தரமிக்க மொழிநடை இந்நூலின் இன்னொரு சிறப்பு.

பழ. அதியமான்